ஓடாதே!

கிழக்கு பதிப்பக வெளியீடுகளாக சுஜாதாவின் புத்தகங்கள்

மீண்டும் ஜீனோ
நிறமற்ற வானவில்
நில்லுங்கள் ராஜாவே
தீண்டும் இன்பம்
ஆஸ்டின் இல்லம்
அனிதாவின் காதல்கள்
நைலான் கயிறு
24 ரூபாய் தீவு
அனிதா இளம் மனைவி
கொலை அரங்கம்
கமிஷனருக்கு கடிதம்
அப்ஸரா
பாரதி இருந்த வீடு
மெரீனா
ஆர்யபட்டா
என் இனிய இயந்திரா
காயத்ரி
ப்ரியா
தங்க முடிச்சு
எதையும் ஒருமுறை
ஊஞ்சல்
ஓரிரவில் ஒரு ரயிலில்
மீண்டும் ஒரு குற்றம்
விக்ரம்
நில், கவனி, தாக்கு!
வாய்மையே சில சமயம் வெல்லும்
ஆ..!
வசந்த காலக் குற்றங்கள்
சிவந்த கைகள்
ஒரே ஒரு துரோகம்
இன்னும் ஒரு பெண்
6961
ஜோதி
மாயா
ரோஜா
ஓடாதே
மேற்கே ஒரு குற்றம்
விபரீதக் கோட்பாடு
ஐந்தாவது அத்தியாயம்
மலை மாளிகை
விடிவதற்குள் வா
மூன்று நாள் சொர்க்கம்
பத்து செகண்ட் முத்தம்
கம்ப்யூட்டர் கிராமம்
இளமையில் கொல்
மேகத்தை துரத்தியவன்
ஒரு நடுப்பகல் மரணம்
நகரம்
இதன் பெயரும் கொலை
மண்மகன்
தப்பித்தால் தப்பில்லை
விழுந்த நட்சத்திரம்
முதல் நாடகம்
ஆட்டக்காரன்
ஜன்னல் மலர்
என்றாவது ஒரு நாள்
வைரங்கள்
மேலும் ஒரு குற்றம்
சொர்க்கத் தீவு
கனவுத் தொழிற்சாலை
ஆயிரத்தில் இருவர்
பதினாலு நாட்கள்
உள்ளம் துறந்தவன்
பிரிவோம் சந்திப்போம்
கரையெல்லாம் செண்பகப்பூ
இரண்டாவது காதல் கதை
நிர்வாண நகரம்
குருபிரசாதின் கடைசி தினம்
இருள் வரும் நேரம்
திசை கண்டேன் வான் கண்டேன்
ஆழ்வார்கள் - ஓர் எளிய அறிமுகம்
தேடாதே
விருப்பமில்லாத் திருப்பங்கள்
விரும்பிச் சொன்ன பொய்கள்
கை
ஆதலினால் காதல் செய்வீர்
நூற்றாண்டின் இறுதியில் சில சிந்தனைகள்
அப்பா, அன்புள்ள அப்பா
மிஸ். தமிழ்த்தாயே, நமஸ்காரம்!
சிறு சிறுகதைகள்
வாரம் ஒரு பாசுரம்
வானத்தில் ஒரு மௌனத்தாரகை
கடவுள் வந்திருந்தார்
அனுமதி
ஓலைப் பட்டாசு
சேகர், சிங்கமய்யங்கார் பேரன்
கம்ப்யூட்டரே ஒரு கதை சொல்லு
டாக்டர் நரேந்திரனின் வினோத வழக்கு
நிஜத்தைத் தேடி
பாதி ராஜ்யம்
சில வித்தியாசங்கள்

ஓடாதே!

சுஜாதா

கிழக்கு

ஓடாதே!
Odathey!
by Sujatha
Sujatha Rangarajan ©

First Edition: June 2010
176 Pages
Printed in India.

ISBN 978-81-8493-275-1
Kizhakku - 512

Kizhakku Pathippagam
177/103, First Floor,
Ambal's Building, Lloyds Road
Royapettah, Chennai 600 014.
Ph: +91-44-4200-9603
Email : support@nhm.in
Website : www.nhm.in

Cover Image : Shutterstock ©

Kizhakku Pathippagam is an imprint of New Horizon Media Private Limited

This book is sold subject to the condition that it shall not, by way of trade or otherwise, be lent, resold, hired out, or otherwise circulated without the publisher's prior written consent in any form of binding or cover other than that in which it is published and without a similar condition including this the rights under copyright reserved above, no part of this publication may be reproduced, stored in or introduced into a retrieval system, or transmitted in any form or by any means (electronic, mechanical, photocopying, recording or otherwise), without the prior written permission of both the copyright owner and the above-mentioned publisher of this book.

தேசிய நெடுஞ்சாலையில் ஒரு கல்வர்ட்டில் தன் மனைவியுடன் உட்கார்ந்துகொண்டு, 'உங்க மாதிரி முட்டாளை நான் பார்த்ததே இல்லை' என்று பேச்சுக் கேட்பது ஆனந்துக்குச் சற்று சங்கடமாக இருந்தது. அதைவிடச் சங்கடமாக ஓர் 'ஏன்', சமீபத்தில் பார்த்திருந்த சில ஏன்கள்... ஏன் என்னைத் துரத்துகிறார்கள்? ஏன் என் அறை வாசலில் அந்த முகம்? என்ன என்னவோ புரியாமல் பேசுகிறார்களே? எப்படி இந்த ஆள் மாறாட்டம்? நான் யார் மாதிரியாவது இருக்கிறேனா? அதெல்லாம் சினிமாவில்தானே சாத்தியம்?

முன்னுரை

'ஓடாதே', கணேஷ் - வஸந்த் தாமதமாகத் தோன்றிய நாவல்களில் ஒன்று. 'நில்லுங்கள் ராஜாவே', 'நிர்வாண நகரம்' போன்றவை பிற உதாரணங்கள். வாழ்வில் நாம் எதற்காக ஓடு கிறோம் என்பது தெரியாமலேயே ஓடிக்கொண்டு இருக்கிறோம். நின்று எதற்காக ஓடுகிறோம் என்று யோசித்தால் காரணம் தெரியாது. துரத்தி யவரைக் கேட்டால், 'எனக்குத் தெரியாது. நீ ஓடுகிறாய், நான் துரத்துகிறேன்' என்பார். இந்த வெட்டி ஓட்டத்தை ஒரு த்ரில்லர் முறையில் சொல்ல முயன்றேன்.

இந்த நாவல் குங்குமம் வாரப் பத்திரிகையில் பதினைந்து ஆண்டுகளுக்குமுன் வெளிவந்தது. சினிமாவாக எடுக்க சில டைரக்டர்கள் கேட்ட போது, டைட்டில்தான் 'செண்டிமெண்ட்' சரி யில்லை என்றார்கள்.

படம் பார்ப்பதற்கு முந்தியே விமர்சகர்கள் கடைசி வார்த்தையைத் தீர்மானித்தருள்வார்கள் என்றும், அதனால் 'ஓடாதே!' என்ற டைட்டிலை மாற்றிவிட்டு டைட்டாக எடுத்தால் 'ஜூபிலி படம் ஆகிவிடும்' என்றும் சொன்னார்கள்.

எனக்கென்னவோ, ஓடாதே என்கிற தலைப்பின் உள்ளார்ந்த அர்த்தத்தை இழக்க மனம் வர வில்லை.

அதனால் சம்மதிக்கவில்லை. ஓடாதே, சினிமா வாக இதுவரை வராமல் தப்பித்த மற்றொரு நாவல்.

சுதந்தர தினம், 2004, **- சுஜாதா**
சென்னை.

1

மீராவை இன்றைக்கு சற்றேறக்குறைய 63 தினங்களுக்கு முன்னால் 'ஆனந்த் யார்?' என்று கேட்டிருந்தால் 'தெரியாது' என்று பதில் சொல்லி யிருப்பாள். இன்று ஆனந்த் அவள் கணவன்.

சொர்க்கத்தில் நிச்சயிக்கப்படாத உபரியான பல இந்தியத் திருமணங்கள் 'சுமங்கலி'யிலும் 'ஹிண்டு' வின் ஞாயிற்றுக் கிழமை விளம்பரங்களிலும் நிச்சயிக்கப்படுகின்றன. சுமங்கலி ஜூன் எண்பத் தேழு இதழுக்கு சென்னையில் ஒரு வங்கியில் டிமாண்டு டிராப்ட்டாக ரூபாய் அம்பது அனுப்பி விளம்பரம் செய்து வெளிவந்த ஒரு வாரத்துக்குள் ஜபல்பூரிலிருந்து ஒரு இன்லண்டு லெட்டர் வந்தது. ஆனந்தின் அப்பா எழுதியிருந்தார்.

பையன் மைலாப்பூரில் லஸ் கார்னர் அருகில் முருடீஸ் லாட்ஜுக்கு அடுத்த கட்டடத்தில் மேல் மாடியில் தனி ரூமில் இருக்கிறான். அவனை நேரில் சந்தித்து பெண்ணைக் காட்டி, அவன் சம்மதித்து விட்டால், நாங்கள் வந்து கல்யாணம் பார்க்கிறோம் என்று எழுதியிருந்தார்.

மீராவின் அப்பா சுந்தரமூர்த்தி உடனே மயிலாப்பூர் போக, அந்தப் பையன் ஆஸ்பெஸ்டாஸ் கூரை போட்ட மாடி அறையில் தலை வாரிக்கொண்டிருந் தவன் உடனடியாக வந்து பெண் பார்க்கிறேன்

என்றான். சுந்தரமூர்த்திதான் நாள் நன்றாக இல்லை என்று வெள்ளிக்கிழமை பெண் பார்க்க ஏற்பாடு செய்துவிட்டு வந்தார்.

பையன் பி.காம்., ஏ.ஸி.ஏ., என்றும், சர்க்கார்வசமான பாங்கில் ப்ரோபேஷனரி ஆபீசர் என்றும், நல்ல குடும்பத்தைச் சேர்ந்தவன் என்பதும் தெரிந்தது.

வெள்ளிக் கிழமை ஆனந்த் பெண் பார்க்க வந்தபோது, மீராவின் தங்கையை மீரா என்று எண்ணிக்கொண்டு, 'மிஸ், உங்ககூட ஒரு நிமிஷம் பேசலாமா!' என்றான்.

அதற்கு அவள், 'தாராளமா' என்றாள்.

பிழை திருத்தம் முடிந்து மீராவை 'தனியாக' பால்கனிக்கு அழைத்துச் சென்றபோது, அவள் தம்பி தங்கைகள் அடைகாக்க, ஜன்னல் வழியாக மீராவின் பாட்டி பார்த்துக்கொண்டிருக்க, தமாஷாக நிகழ்ந்தது அந்த உரையாடல்.

'உங்களுக்கு என்னைப் பிடிச்சிருக்கா... ரொம்ப... இந்த வருஷம் வெயிலா?... இல்லை!... நீங்க எந்த காலேஜ்? நான் லயோலா, அப்பறம் விவேகானந்தா...

இவ்வாறு பற்பல கேள்விகளுக்குப் பின் மீரா இறுத்த ஒரே பதில்-
'உங்க காலர்ல கட்டெறும்பு ஊர்றது.'

ஆனந்த் இவ்வாறு பெண் பார்த்துவிட்டுப் போனதும் மீராவை, 'எப்படி பையன்?' என்று கேட்க, 'எல்லாரையும் போலத்தான் இருக்கான் அம்மா' என்றாள். (குறித்துக் கொள்ளவும் - காதல் கீதல் என்று ஏதும் இல்லை.)

'இருக்'கான்'னு சொல்லாதடி, இருக்'கார்'னு சொல்லு!'

'இன்னும் கல்யாணம் ஆகலையே!'

'பிடிச்சிருக்கா, இல்லையா, சொல்லேன்!'

'சொல்லத் தெரியலையேப்பா.'

'குழந்தையை இப்படிக் கேட்கக்கூடாதுடா. அவளுக்கு பிடிச்சுத்தான் இருக்கு. கண்லயே கண்டுபிடிச்சுட்டேன்!'

'பாட்டி, நீயா கல்யாணம் பண்ணிக்கப் போறே' என்று மீராவின் தங்கை ரமா சொல்ல,

'ரமா, நீ சொல்லு, எப்படி இருக்கான்?'

'பரவால்லை. கண்ணுதான் லேசா மாறுகண் மாதிரி இல்லை?'

'அப்படி இருந்தா நல்ல அதிர்ஷ்டம்னு சொல்வா.'

'எனக்குப் பிடிக்கலை. அந்தாளு திருதிருன்னு முழிக்கிறான்' என்றான் சந்து.

'சே, சாதுடா அவர். ஒரு வாரத்தில் மீரா வழிக்கு கொண்டு வந்துருவா பாருங்கோ.'

'இப்பவே 'வழிக்குக் கொண்டுவரதை' பத்தி பேசு' என்றார் சுந்தரமூர்த்தி.

மீராவின் குடும்பம் ஏராளமான சந்தோஷமான குடும்பம். சுந்தரமூர்த்தி குழந்தைகளைக் கணக்கு வைத்துக்கொள்ள அவகாசம் இல்லாமல் ஆபீஸ் வேலையாக அலைந்தார். அம்மா, தாத்தா, பாட்டி, தம்பிமார்கள், வீணாய்ப்போன ஒன்றுவிட்ட அத்தை என்று அல்லோலகல்லோலமாக இருக்கும் வீடு. பேருக்குப் பேர் டிவி போடுவார்கள். தலை வாரிக்கொள்வார்கள். சினிமா போவார்கள். சினிமாவிலிருந்து வருவார்கள். குழந்தைகள் குறுக்கே ஓடும். பால் சாப்பிடும். தர்மஸ்தலா மாதிரி பந்தி பந்தியாக சாப்பிட்டுக்கொண்டே இருப்பார்கள்.

இந்தச் சூழ்நிலையில் மீரா முதலிரவு, சாந்தி கல்யாணம் போன்ற விஷயங்களில் எல்லாம் அதிக ஞானம் பெற வாய்ப்பில்லாமல் வளர்ந்துவிட்டாள். வருஷத்துக்கு மூன்று படம்தான் பார்ப்பாள். அதுவும் சவுண்ட் ஆஃப் மியூஸிக், ரஷ்யன் சர்க்கஸ், சார்லி சாப்ளின் போன்ற உபத்திரவம் இல்லாத படங்கள்தான் பார்த்திருக்கிறாள். டிவி மிகமிக தணிக்கை.

அதனால் மீராவுக்கு சாந்தி கல்யாணம் என்பது பால், பழம், வெள்ளிச்சொம்பு, மல்லிகைப்பூ என்று குன்ஸாக இருந்ததே தவிர, மேல் விவரங்கள் ஏதும் இல்லை. பாட்டி ஒருமுறை சுற்றி வளைத்துச் சொன்னது ஏடாகூடமாக இருந்தது. எனவே, மீராவுக்கு ஆனந்துடன் கல்யாணம் நிறைவுபெற்று அன்றைய இரவே இந்த சமாசாரம் என்று பரவலாகப் பேசப்பட்டபோது, அவளுக்கு புல்லரிப்பு கில்லரிப்பு எதுவும் இல்லாமல் வயிற்றுக்குள் ஒரு 'கலக்கம்'தான் இருந்தது.

மீராவின் கணவன் ஆனந்த் ஏறக்குறைய அதே லெவலுக்குப் பாமரன்... பெண்களுக்கு சிற்சில அவயவங்களை எங்கே வைத்திருக்கிறார் கடவுள் என்பதைப் பற்றி சந்தேகம் வைக்காமல் ப்ளேபாய், பெண்டவுஸ் போன்ற பத்திரிகைகள் மூலம் அறிந்திருந்தாலும், அவற்றின் பிரயோகங்களைப் பற்றி நேரடி அனுபவம் இல்லாதவன். சின்ன வயசிலிருந்தே, அப்பாவுக்கு மாற்றலாகிறது என்று சொல்லி தாத்தா பாட்டியிடம் வளர்ந்தவன். ஒருமுறை வேலைக்காரப் பெண்ணை கண்ணில் கரி என்று குழாயடியில் ஊதச் சொல்லிவிட்டு, கிட்டே பார்க்கும் போது அவளைக் கட்டிப்பிடித்து ஹாலிவுட் பாணியில் முத்தம் கொடுக்க விழைந்தபோது பாட்டி கோரமாகக் குறுக்கிட்டு, உடனே அப்பாவுக்கு லெட்டர் எழுதி, ராமகிருஷ்ணா அசெட்டிக் காக மாணவப் பருவத்தைக் கடந்தவன்.

கல்யாணம்வரை கற்பு பத்திரமாக இருந்த ஆனந்த்-மீரா இருவரும் ஒரு தனியறையில் இணைந்தால் என்ன நிகழும்?

உதாரண உரையாடல்-

மீரா: இன்னைக்கு வேண்டாம்.

ஆனந்த்: ஏன்?

மீரா: ஹய்யோ! இன்னைக்கு வேண்டாம்னா...

ஆனந்த்: ஏனாம் டார்லிங்?

மீரா: அவாள்ளாம் முழிச்சுண்டு இருக்கா. வெறும்ன பேசலாமே.

ஆனந்த்: என்ன பேச்சு?

மீரா: உங்களுக்கு என்ன பிடிக்கும்?

ஆனந்த்: எனக்கு வந்து நீ பிடிக்கும்?

மீரா: என்னை விட்டுருங்க. வேற எது பிடிக்கும்?

ஆனந்த்: வெந்தியக்குழம்பு

மீரா: ஹப்புறம்?

அறைக்கு வெளியே இருந்து ரமாவின் குரல்: அப்புறம் அடை!

சந்துவின் குரல்: உப்புமா!

இவ்வாறு குறுக்கீடுகளினாலும் தடங்கல்களினாலும் அந்த முதலிரவு சில பிரதான காரியங்கள் நிறைவேறாமல் மறு தினத்துக்கு ஒத்திப்போடப்பட்டது.

இரண்டாவது தினம் அவளை மயிலாப்பூர் கபாலீஸ்வரர் கோவிலுக்கு அழைத்துச் செல்கிற சாக்கில் ரூமுக்கு அழைத்துவர திட்டம் தீட்டி ஸ்கூட்டரை எடுத்துக்கொண்டு மாம்பலம் வந்தான். சுந்தரமூர்த்தி, 'மாப்பிள்ளை வாங்கோ' என்று ஏகதாளமாக வரவேற்று அவனை பாட்டியிடம் விட்டுவிட்டுச் சென்றுவிட்டார்.

பாட்டி ரொம்ப நாசூக்கு. இந்த வயசில்கூட வேளை தவறாமல் பவுடர் போட்டுக்கொண்டு உப்பும் மிளகும் போல தலைமயிரில் சவுரி வைத்து தழையப்பின்னி அவ்வப்போது இங்கிலீஷ் பேசும் சீதாப்பாட்டி.

'மாப்பிள்ளை, ஏன் ஷையா இருக்கீங்க? என்ன வேணும் உங்களுக்கு?'

'வந்து... வந்து... மீராவை மயிலாப்பூர் கோவிலுக்குக் கூட்டிண்டு போகலாம்னுட்டு...'

'அதானே? இப்பவே வரச்சொல்றேன். மீரா... மீராக்குட்டி! உங்க ஆத்துக்காரர் வந்திருக்கார் பாரு. நாங்கள்ளாம் சின்னவளா இருக்கறப்ப மூணு நாள் கல்யாணம். பாலிகை கொட்டிட்டு வரதுக்கே நாலு மணி நேரம் ஆகும்.'

ஆனந்த் உள்ளங்கையைப் பார்த்துக்கொண்டு உட்கார்ந்திருந் தான். ஒவ்வொருத்தராக வந்து அவனை எட்டிப் பார்த்துவிட்டு கிக் கிக் என்று சிரித்துவிட்டுப் போனார்கள்.

'அடித்தாலும் வைதாலும் அதட்டி மிரட்டினாலும் பதட்டம் இல்லாமலே பல்லிளித்து நின்றார்னு எங்க நாள்ள கோணங்கிப் பாட்டு பாடுவோம். மீரா! மீராஆக் கண்ணா!'

இறுதியில் மீரா வந்தபோது அவளுடன் ரமா, நாணா, சந்து மூவரும் வந்தார்கள். அவர்களுக்கும் கோவில் பார்க்க வேண்டுமாம். ஸ்கூட்டரைப் புறக்கணித்துவிட்டு எல்லாம் 12-ம் நம்பர் பஸ்ஸில் போனபோது மீரா அந்தக் கூட்டத்தில் எங்கிருக்கிறாள் என்றே கண்டுபிடிக்க முடியவில்லை. சந்நிதியில் கொஞ்சம் உரசிப் பார்க்கும்போதெல்லாம் நாணா

குறுக்கிட்டான். அவ்வப்போது கடைக்கண்ணால் பாரதிராஜா சினிமாபோல பார்த்துக்கொள்ள முடியவில்லை. ஏதாவது கொடி, நாதஸ்வரக்காரர் என்று தடுப்புக்கள் வந்து, கோவிலை விட்டு வெளியே வந்தபோது, 'நாணா, நீ, ரமா எல்லாரும் வீட்டுக்குப் போங்க. நான் அக்காவை அப்புறம் கொண்டு விடறேன்!'

'அய்யய்யோ! பாட்டி உதைப்பா. இல்லை அக்கா?'

'மீரா தவிப்புடன். 'ஆ ஆமாம். பாட்டி ஏழு மணிக்கே வந்துடணும்னு சொல்லியிருக்கா.'

'உங்க வீட்டில உங்க பாட்டி என்ன ப்ரைம் மினிஸ்ட்ரா?'

'பாட்டியை பரிகாசம் பண்ணாதிங்கோ. அவதான் எனக்கு வாராவாரம் எண்ணை தேச்சுவிட்டு வளர்த்தவ.'

'அதெல்லாம் ஆச்சு மீரா. இப்ப நீ என் மனைவி, மை ஒய்ஃப்.'

'அதுக்காக? பாட்டிகிட்ட கேக்காம தனியா எல்லாம் என்னால வர முடியாது. வாடி ரமா.'

'அக்கா, இருந்துட்டுத்தான் வாயேன். ஆசையாக் கூப்பிடறார்' என்றாள் ரமா.

நாணா, 'அய்யோ, நீ வேற' என்றான். 'தனியா விட்டுட்டு வந்தா ரொம்பக் கவலைப்படுவா!'

'ஒண்ணு பண்ணலாம். பாட்டிய வேணா போன் பண்ணி கேக்கலாம்' என்றாள் ரமா. 'பக்கத்தாத்தில போன் இருக்கு. டபிள் ஃபைவ் டபிள் சிக்ஸ் ஒன்.'

'நல்ல ஐடியா. இதோ ஒரு நிமிஷத்தில் வந்துர்றேன்' என்று பக்கத்தில் ஒரு ஓட்டலுக்குள் சென்று போனை எடுத்து எதோ ஒரு நம்பரைச் சுழற்றி போன் பேசுகிறாற்போல் பாவனை செய்து விட்டு திரும்பி வந்து, 'பாட்டியோட பேசிட்டேன். தாராளமா இருக்கலாம். காலையில் கொண்டு விட்டாப் போறும்னு சொல்லிட்டா.'

ரமா, 'அந்த போன் நம்பர் நான் கொடுத்தது தப்பு அத்திம்பேர். அது வந்து ராமகிருஷ்ணா ஸ்கூல் அத்தைது. அங்க எங்க பாட்டி இருந்தா?'

'என்னவோம்மா உங்க பாட்டி இருக்காளான்னேன். இருக்கான்னு சொன்னா. கேட்டேன். இருக்கலாம்னா!'

'அது பாட்டியா இருக்காது!' என்றான் சந்து.

'இப்ப நீங்க எல்லாரும் வீட்டுக்குப் போறீங்களா இல்லையா?' என்று இரைச்சலாக தெருப்பூரா கேட்கும்படி அலறினான்.

அனைவரும் பயந்துகொண்டு, 'மீரா, நாங்க போறோம். அத்திம் பேர் ரொம்பக் கத்தறார். அப்பாவை வேணா கார் அனுப்பச் சொல்றேன்' என்று அவர்கள் கிளம்பிச் செல்ல,

ஆட்டுக்குட்டி போல பார்த்துக்கொண்டிருந்த மீராவை, 'வா' என்று அதட்டினான்.

அவனுக்குப் பின்னால் பத்து அடி தள்ளியே நடந்து வந்தாள். எங்கோ ஒரு இடத்தில் நின்று, 'பூ வாங்கிக்கோ' என்றான்.

'வேண்டாம், தலைல நிறையவே வெச்சிருக்கு' என்றாள்.

'ஏதாவது வாங்கிக்கோ. தூள் பக்கோடா, சோன்பப்டி, என்ன வேணா வாங்கிக்கோ.'

'வேண்டாம், வீட்டுக்குப் போகலாம்.'

'இதான் உன் வீடு.'

மாடிப்படியில் டைப்ரைட்டிங் இன்ஸ்ட்டியூட் மாணவர்கள் நிறைந்திருந்தார்கள். கண் டாக்டருக்காக காத்திருந்தவர்கள், பெஞ்சு போட்டு உட்கார்ந்திருந்தவர்களைக் கடந்து இரண்டாம் மாடிக்கு வந்தான். தன் அறையைத் திறந்தான். கொடியில் தொங்கிய லுங்கியைக் கொசுவி ஓரத்தில் போட்டான். ஸ்ரீதேவி படத்தைக் கிழித்தான். அதன் பின்னால் ஹாலிவுட் படுக்கை நடிகை ஒருத்தி அப்பழுக்கில்லாமல் படுத்திருக்க, 'சே, எல்லாம் இந்த சக்ரதார் பண்ண வேலை. அவன்தான் இந்த மாதிரி படம் எல்லாம்...'

'இதான் உங்க ரூமா! ரொம்ப கலீஜா இருக்கே!'

'கல்யாணத்தில் பிஸியா இருந்துட்டனா, பெருக்க வாய்ப்பில்லை!'

'பெருக்கட்டுமா?'

'ரூம் பெருக்கறதுக்கு உன்னை நான் அழைச்சுண்டு வரலை!'

'பின்ன எதுக்காம்?'

'லவ் பண்றதுக்கு' என்று அவளை ஜன்னலருகே கட்டிப் பிடித்தான்.

லஸ் கார்னரின் நியான் விளக்கு ஜன்னல் வழியே பச்சை சிவப்பாக உள்ளே சிமிட்ட, அவள் கன்னத்தில் அமெச்சூர் முத்தம் கொடுத்தான். அவள் துடைத்துக்கொண்டு, 'ரொம்ப எச்சப் பண்றீங்க. வாங்க போகலாம்.'

'மீரா, மீரா, ஐ லவ் யூ மீரா.'

'சரி சரி, போகலாம்.'

'ஒரே ஒரு தடவை. ஒரே ஒரு தடவை. உனக்கு இஷ்டம் இல்லையா?'

'லஸ் கார்னரே பாத்துண்டு இருக்கு.'

'அங்கிருந்து ஒண்ணும் தெரியாது.'

'ஜன்னலை சாத்திரலாம்!'

அந்த வார்த்தையே அவன் முகத்தில் ரத்தம் பாய்ச்சியது. நரம்பு நுனியெல்லாம் ஒரு நிரடல் ஏற்பட்டது. மீரா ஜன்னலை மூட முற்பட்டபோது ஜன்னலுக்கு வெளியே மிக அருகே ஒரு முகம் தெரிந்தது.

2

ஆனந்தின் மயிலாப்பூர் லஸ் முனை மேல்மாடி அறையை இந்த இருட்டிலும் விவரிக்கவேண்டியது இந்தக் கதைக்கு ஒரு இன்றியமையாத விஷயம் என்பதை நீங்கள் உறுதியாக அறிவீர்கள். முன்பு நாம் சொன்னதுபோல மொட்டை மாடியில் நியான் கசியும் அறை. ஆஸ்பெஸ்டாஸ் கூரை. வெயில் காலத்தில் பட்டை உரியும்; குளிர் காலத்தில் பல் கிட்டும். அதன் ஒரே ஒரு உத்தமம் பிரம்மச்சாரிகளுக்கு பற்பல வசதிகளின் அருகாமை. காலையில் கச்சேரி ரோட்டில் போய் மெஸ்ஸில் சூடாக இட்லி சட்டினி... சாப்பாடு வேண்டுமென்றாலும் வத்தக் குழம்புடன் மாதாந்திர டிக்கெட் மூலம், தவறாமல் எல்லாப் பசிகளையும் சமாளிக்கும் ஸ்தலங்கள் அந்த ஏரியாவில் நிறையவே உள்ளதால் இந்த மாதிரி மாடி அறைகளுக்கு ஏகப்பட்ட டிமாண்டு. இனியும் கதையைத் தாமதிக்க விருப்பமில்லை.

மீரா கதவைச் சாத்தியபோது அந்த முகத்தைப் பார்த்தாள். சிறிதளவு தாடியுடன் இளைஞன் முகம் மீராவைப் பார்த்து தெளிவாக, ஆனால் சற்று நக்கலாகச் சிரித்தான்.

'யாரு? யாரு?' என்று கேட்டாள் மீரா.

'யாரைக் கேக்கறே?' என்று ஆனந்த் வந்து பார்ப்பதற்குள் அந்த ஆள் ஓடி பாரப்பெட் சுவரைத்

தவ்வி ஏறி மறைந்தான். எனவே ஆனந்த் பார்த்தது வெற்று ஜன்னல் கம்பிகளையே.

'என்ன மீரா?'

'யாரோ ஒரு ஆள் எட்டிப் பார்த்தான்.'

'அப்படியா' என்று ஆனந்த் அறைக்கு வெளியே வந்தான். ஆனந்த் அப்படி ஒன்றும் வீரதீர சாகசனில்லை. இருந்தாலும் புது மனைவி முன்னால் கொஞ்சமாவது தைரியம் காட்டாவிட்டால் பேர் கெட்டுப்போய்விடும் என்று மொட்டை மாடியில் இங்கு மங்கும் தேடினான். 'யாரும் இல்லையே' என்றான்.

'யாரோ ஜன்னல்ல எட்டிப் பார்த்தான். ஆம்பிளை!' ஆனந்த் சுற்றுமுற்றும் பார்த்து மறுபடி மனைவியிடம் வந்து 'தைரியமிருந்தா வெளிய வா. யாருப்பா. போலீஸ்க்கு போன் பண்ணன்னா தெரியும்' என்று உதறல் கலந்து பேசினான். பதில் இல்லை. அங்கே போய் எட்டிப் பார்க்க பயம். எங்கேயாவது திருடன் கத்தி கித்தியைக் காட்டி பிடுங்கிக்கொண்டுவிட்டால்? இப்பத்தான் டைட்டன் வாட்சு, மோதிரம், மைனர் செயின் எல்லாமே கல்யாணத்துக்குப் போட்டது. புத்தம் புதுசு.

'என்னது, இந்த இடத்தில் யாராரோ நடமாடறா. நான் போறம்பா' என்றாள் மீரா.

'இல்லை மீரா. இங்க வந்து பக்கத்தில் டைப் இன்ஸ்டிட்யூட் இருக்கு. அதுக்கு மாடிப்படி தனியா இருக்கு. சில சமயம் அங்க வர்றவா இங்க வந்துருவா.'

'ஏன் ஓடினான் பின்ன?'

'தப்பைப் புரிஞ்சுண்டப்பறம் வெக்கமா இருக்கும்.'

'எனக்கென்னவோ அவனைப் பார்த்தா வெக்கப்படறவனாத் தோணலை.'

'பின்ன?'

'மீரா நெற்றியைச் சுருக்கிக்கொண்டு யோசித்து 'அவனை எங்கயோ பார்த்திருக்கேன்' என்றாள்.

'எங்க?'

'கல்யாணத்தில பார்த்தா மாதிரி ஞாபகம்... உங்களுக்கு உறவா?'

'ஆளைப் பார்க்காம எப்படிச் சொல்ல முடியும்? பாரு பாரு, டயம் வேஸ்ட் பண்றோம். இங்க எதுக்கு வந்தோம். சொல்லு.'

'எதுக்காம்?'

'இதுக்கு.'

'தூ!'

'அப்புறம் இதுக்கு!'

'இதுக்கும் தூ!'

ஆவேசத்தில் அவளை நாடாக் கட்டிலில் வீழ்த்தி கால்மேல் கால்போட்டு சைடுவாகாக சௌகரியமில்லாமல் மல்லாக்க வைத்து அவள் மார்பின் மேல் அழுந்தியபோது 'க்கும்' என்று சப்தம் கேட்டது.

'அய்யோ, யாரோ வரா' என்று அவனை உதறித் தள்ளினாள்.

'யார்றா அது!' என்று எரிச்சலுடன் கதவைத் திறக்க, 'அ வாங்க சார். எப்ப வந்தீங்க.'

'இப்பத்தான் மாப்பிள்ளை' என்றார் சுந்தரமூர்த்தி.

'என்னப்பா, இவர் கொண்டுவந்து விடறதா சொல்லி அனுப்பிச்சாரே...'

'இல்லைம்மா. பாட்டி, உங்கம்மா எல்லாரும் கவலைப்பட்டா. ஸ்கூட்டர் வேற அங்கயே விட்டுட்டுப் போய்ட்டார் மாப்பிள்ளை. இந்த வேளையில பஸ்லயும் கிஸ்லயும் வரவேண்டாம், போய் அழைச்சுண்டு வந்துருங்கோன்னு உங்கம்மாதான் சொன்னா. வரயா?'

'வரேம்பா.'

'பேசிண்டிருந்தேளா?'

'ஆ, ஆமா சார்.'

'நாளைக்கு சாவகாசமா ஆத்துக்கு வாங்கோ. நெறையப் பேசலாம். உங்களுக்கு ஜே. கிருஷ்ணமூர்த்தி லெக்சர்ஸ்

பிடிக்கும்னு சொன்னீங்களே. உங்களுக்குத்தான் வாங்கினேன். படிச்சுப் பாருங்கோ!'

'எப்ப சொன்னேன்?'

மீரா இதற்குள் உடைகளைச் சரி செய்துகொண்டு பொட்டை ஒட்ட வைத்துக்கொண்டு மயிர்க் கற்றைகளை நேராக்கி, 'நான் போய்ட்டு வரேன், என்ன? சமத்தா இருங்கோ' என்றாள்.

அவளையே முறைத்துப் பார்த்துக்கொண்டிருந்தவன், தன் தந்தையுடன் அவள் போனவுடன் எரிச்சலில் கிருஷ்ணமூர்த்தியை படுக்கைமேல் எறிந்தான். 'சே என்ன பொழப்புடா' என்றான்.

சில செகண்டுகளில் மீரா மறுபடி தோன்றினாள். 'கர்ச்சீப்பை வெச்சுட்டு வந்துட்டேன்னு பொய் சொல்லிட்டு வந்தேன். இந்தாங்கோ' என்று அவன் கன்னத்தில் ஒரு முத்தத்தை ஒத்திவிட்டு, 'காலை வரைக்கும் தாங்குமோல்லியோ' என்றவள், அவன் கன்னத்தைத் தொட்டுப் பார்த்து 'ஏய்' என்று அழைப்பதற்குள் சிட்டாகப் பறந்து போய்விட்டாள்.

மறுநாள் முதல் காரியமாக ஆனந்த், ராஜு மாமாவைப் பார்க்கச் சென்றான்.

ராஜு மாமா ஷோக் பிரியர். உலக நடவடிக்கைகளில் பற்பல விஷயங்கள் அத்துப்படி. அதுவும் பெண் பிள்ளை சமாசாரங்கள்.

'என்னடா, எப்படி முதல் இரவு எல்லாம்? உனக்கு சொன்னேனோ இந்த ஜோக்கு? புதுசாக் கல்யாணம் பண்ணிண்டவா சர்ச்சுக்கு பக்கத்தில ஒரு ஓட்டல்ல ஹனிமூன் போனாளாம். ஒவ்வொரு தடவை சர்ச்சு மணி அடிக்கறப்பவும் கெட்ட காரியம் பண்ணலாம்னு பொண்ணு கேட்டுண்டாளாம். சரின்னானாம் சந்தோஷமா.'

'மாமா ஐ'ம் இன் ட்ரபிள்!'

'ஏன்? என்னடான்னா? என்ன தகராறு? பொண்டாட்டி ஒப்துக்க மாட்டேங்கறாளா?'

ராஜு மாமாவின் ஆபீஸ், பார்சன் காம்ப்ளெக்ஸில் சத்யராஜ் கட் அவுட்டை பங்காரு அடிகளாரின் கட் அவுட் பார்க்கும் இடத்தில் நடுவில் அமைந்து, ஏ.ஸி. வசதியும், பட்டுப்போல செக்ரட்ரியும், ஃபாரின் சிகரெட்டுமாக இருந்தது. அதைப் பற்றவைத்து

புகையை மென்றுகொண்டு, 'சொல்லு, எப்படி ஹனிமூன்? நான் சொன்னதெல்லாம் ட்ரை பண்ணிப் பார்த்தியா?'

'எங்க மாமா! பொண்ணு கெடைச்சாத்தானே! இதுவரைக்கும் நான் பேசினதெல்லாம் பத்து வார்த்தை. அதுக்குள்ள அம்மா பாட்டி, அப்பா, தம்பி, தங்கை... போதாக்குறைக்கு ஒரு வெத்து குண்டன் வேற எட்டிப் பார்த்தாச்சு மாமா! நரகம்!'

'அப்டின்னா நீ இன்னும் கற்பை இழக்கவே இல்லை?'

'பத்திரமா இருக்கு. ஒரு சிகரெட் எடுத்துக்கட்டுமா?' நெர்வஸாக முன்னனுபவம் இல்லாமல் பற்றவைத்து ஓர் இழுப்பில் அது அணைந்துபோனதை பிரமிப்புடன் பார்த்தான்.

'மாமா, வாழ்க்கை ஒரு நாள்ள வெறுத்துப் போச்சு.'

'நீ பண்ணது தப்பு. பேசாம தேனிலவுக்கு வெளியூர் போயிருக் கணும். கொடைக்கானலோ, பெங்களூரோ.'

'ஆபீஸ்ல விட்டாத்தானே! திருவான்மியூர் ப்ராஞ்சுக்கு ஆடிட் போகணும்.'

'அப்புறம் சொல்றேன் கேளு. ஒப்பந்தம் செஞ்சுண்டானா, சர்ச்சு மணி அடிக்கறப்பல்லாம் ஜிஞ்சாமிர்தம் பண்ணணும்னு! என்ன ஆச்சு. முதல்ல நல்லாத்தான் இருந்தது. பதினைஞ்சு நிமிஷத் துக்கு ஒரு முறை மணி அடிக்கிறது.'

'மா...மா... என் பிரச்னைக்கு வாங்க. எனக்கு வழி சொல்லுங்க.'

'மாமா இண்டர்காமை அழுத்தி, 'சுமதி, கொஞ்சம் வாம்மா' என்றார். உள்ளே ஒரு சின்ன ஷிபான் தென்றல் வந்து நாக்கின் நுனியோ நுனியில் கொஞ்சலாக 'எஸ் சார்' என்றாள். அதற்கு மேல் பலமாகப் பேசினால் மூக்கு நுனி வலிக்கும்போல இருந்தது.

'சுமதி, நாளைக்கு காலைல பிருந்தாவன் சேர் கார்ல ரெண்டு டிக்கெட், மிஸ்டர் அண்ட் மிஸஸ் ஆனந்த். அப்புறம் வெஸ்ட் எண்ட்ல ஒரு ஹனிமூன் சூட் புக் பண்ணிடு. மிஸ்டர் அண்ட் மிஸஸ் ஆனந்த்.'

'ஹௌ மெனி டேஸ் ஸர்?'

'ஒரு வாரம் போறுமாடா கண்ணா?'

'மாமா, எனக்கா?'

'ஆமாடா! உனக்கு என் கல்யாணப் பரிசு.'

'எனிதிங் எல்ஸ் சார்?'

'நத்திங் எல்ஸ் எக்ஸப்ட் தட் யு லுக் கார்ஜியஸ் டுடே.'

அவள் எல்லாவற்றையும் சமாளிக்கும் புன்னகை ஒன்றை மறந்துவிட்டுச் சென்றாள்.

'ஹனிமூன் ஜோக்கைச் சொல்லி முடிச்சுர்றேன். பதினஞ்சு நிமிஷத்துக்கு ஒரு முறை சர்ச் மணி டாங் டாங்னு அடிக்குதா. அய்யா சுமாரா ஒரு மணி நேரத்தில சுஸ்தாயிட்டார். கிழிஞ்ச நாராயிட்டார்.'

சுமதி மறுபடி தோன்றி, 'பிருந்தாவன்ல கெடைக்கலைன்னா மெயில்ல புக் பண்ணலாமா சார்?'

'தாராளமா! இன்னும் விசேஷம், ஏ.ஸி. ஸ்லீப்பர் வேண்டாம். முதல் வகுப்பு கூப்பே. என்ன.'

'அவள் சென்றதும், 'எங்கே இருந்தேன்?'

'கிழிஞ்ச நார்.'

'என்ன பண்ணான்... ஒப்பந்தப்படி நடந்துக்கிட்டா காலைல நாம ஆளு காலின்னுட்டு மெள்ள ரெண்டு மணியடிப்புகளுக்கு நடுவில பொண்டாட்டியை பார்க்கறான். முகத்தில் ஒரு புன்னகையோட தூங்கிக்கிட்டு இருக்கா. மெல்ல நழுவி, சர்ச்சுக்கு போய் அங்க மணி அடிக்கிற சிப்பந்திகிட்ட போய், 'வாத்தியாரே, கொஞ்சம் கருணை காட்டு, உனக்கு நூறு ரூபாய் தர்றேன். இனிமே நாலு மணி விட்டு மணி அடிச்சா போதும்.'

அந்தாளு மேலயும் கீழயும் பார்த்தான் மணமகனை. 'சார் முடியாது சார்.'

'ஏம்பா இருநூறு ரூபா தர்றேன்பா. நாராப் போய்க்கிட்டு இருக்கேன்.'

'அது எப்படிங்க. ராத்திரி ஒரு அம்மா வந்து பத்து நிமிஷத்துக்கு

ஒருமுறை மணி அடின்னு முன்னூறு ரூபாய் தந்துட்டுப் போயிருக்காங்க... கொடுத்த வாக்கை மீறலாமா... காப்பாத்த வேண்டாங்களா?' என்று மாமா ஆரவாரமாகச் சிரிக்க.

'மாமா, சிரிப்பும் வர்றது, அழுகையும் வர்றது' என்றான் ஆனந்த்.

'இப்படித்தான் இருக்கும். எனக்குக் கல்யாணம் ஆனப்ப உங்க மாமி வந்து மோதிரத்தை கழற்றச் சம்மதிக்கிறதுக்கே மூணு மாசம் ஆச்சு.'

சுமதி மறுபடி வந்து ஒரு கவரில் ஒரு சிறிய குறிப்பு எழுதிக் கொடுத்தாள். மாமாவின் டயபடிஸ் மாத்திரைகளைக் கொடுத்து விட்டு அவர் சிகரெட் பாக்கெட்டைப் பற்றிக்கொண்டு சென்றாள்.

'செக்ரட்ரின்னா இப்படின்னா! இந்தப் பின்பக்கத்துக்கே கொடுத்த காசு செரிச்சுப்போச்சு.'

'வெறுப்பேத்தாதீங்க மாமா.'

'மவுண்ட் ரோட்ல ஃபர்ஸ்ட் கிளாஸ் காபரே நடக்குது. போகலாமா. நின்னுக்கோரிஈ வர்ணம் இசைக்கிற என்னைத் தேடிஈ... கவிதைடா. பொயட்ரி. அது என்ன ஜே. கிருஷ்ண மூர்த்தி!' மாமா அவனைக் கவலையுடன் பார்த்து, 'கல்யாணத்துக்கு அடுத்த நாள் ஜே.கே. படிக்கற ஒரே ஒரு மாப்பிள்ளை நீதாண்டா.'

'என்னம்மா சுமதி?'

'சார், ஒன் மிஸஸ் மீரா ஆனந்த் வந்திருக்காங்க.'

3

கண்ணாடியும் பளபள மேசைகளும் நிரம்பிய அந்த ஆபீஸ் சூழ்நிலையில் மீராவைப் பார்த்தபோது ஆனந்துக்கு முதலில் தன் சொந்த மனைவியை அடையாளம் கண்டுகொள்ள முடியவில்லை. கல்யாணம் ஆகி, இரண்டு தினங்களில் அதிகம் பரிச்சயமும் ஏற்படவில்லையா...

'என்ன, என்னவோ மாதிரி பாக்கறீங்க. என் மூஞ்சியை ஞாபகம் இருக்கோல்லியோ?'

'வா வா என் மருமகளே! ஆனந்தா, இண்ரொட்யூஸ் பண்ணி விடுரா. கல்யாணத்தில பார்த்தது ஞாபகம் இருக்காது.'

'மீரா, இதான் ராஜூ மாமா, எங்கம்மாவோட பிரதர்.'

மீரா, சுமதியைப் பார்க்க-

'இது சுமதி. ஆனந்த்தோட முன்னாள் கர்ள்ஃப்ரண்ட் என்றார் ராஜூ.

ஆனந்த் அவரை அதட்டலாகப் பார்த்தான். அவளை ஆபீஸ் வாட்டர் கூலர் அருகில் அழைத்துச் சென்றான்.

'மீரா! ராஜூ மாமா ரொம்ப புருடா விடுவார்.'

மீரா அதைக் கவனிக்காமல் உற்சாகமாக, 'ரெண்டு மணி நேரம் டிமிக்கி கொடுத்துட்டு வந்திருக்கேன். பாட்டு கிளாஸ் போனேன். வாத்தியார் இல்லை.'

ஆனந்த்துக்குக் காது நுனி சிவந்தது. 'அய்யோ, அய்யோ, வா. இப்பவே டாக்ஸி பிடிச்சு ரூம் போகலாம்.'

'ரூம் வேண்டாம். எங்கயாவது பார்க்கு பீச்சுக்கு போய்ப் பேசிண்டிருக்கலாம்.'

'படுபாவி! நடுப்பகல்ல பார்க்கா? பேச்சா? பேச்செல்லாம் அப்றம், அப்றம் வெச்சுக்கலாம். முதல்ல என் ரூமுக்குப் போகலாம்.'

'அங்க போயிட்டு?'

'அப்படியே கொஞ்சநேரம் கட்டிண்டு படுத்துண்டு இருந்துட்டு அப்புறம் சேந்தாப்பல குளிக்கலாம்.'

'அய்யோ, நான் போறேம்பா. ரொம்ப தொம்சமாயிடும் போல இருக்கு. எனக்கு பயமா இருக்கு.'

'சர்த்தான் வாடி.'

'டீ போட்டு பேசுவீங்களா நீங்க!'

'சில சமயம் காதல் ஜாஸ்தி ஆயிடுத்துன்னா அப்படித்தான் டீன்னு கூப்பிடுவேன். வா போகலாம்.'

'மாமா! அப்பறம் வந்து பார்க்கறோம்' என்று இங்கிருந்தே சொல்லிவிட்டு அவசரமாக லிஃப்ட் மூலம் இறங்கி அவளை சிரத்தையுடன் ரோட்டைக் கடக்கவைத்து அவளைப் பலமுறை காரணமில்லாமல் தொட்டுக்கொண்டு அமெரிக்கன் கான்ஸல் அருகில் ஒரு ஆட்டோ கூப்பிட்டான்... 'மைலாப்பூர்ப்பா.'

'மைலாப்பூர்ல எங்கப்பா?'

'லஸ்ஸுப்பா, கார்னர்லயே ரூம்ப்பா!'

அவன் மீராவை ஒரு மாதிரி பார்வையால் தடவி, 'நான் லஸ் வர்றதில்லை. சிந்தாதிரிபேட்ட போறேன்னு சொன்னனில்லை? காதில என்ன சிமெண்ட் அடைச்சிருக்கிறியா!'

'நீ எப்பப்பா சொன்ன?'

'நான் சொல்லலியா. உம் கிராக்கியைக் கேளு. ஏங்கண்ணு சொன்னனா இல்லையா?'

மீரா, 'அவனோட எதுக்கு சண்டை?' என்றாள்.

'இப்ப வரப்போறியா, நம்பர் நோட் பண்ணிட்டு போலீஸ்க்கு கம்ப்ளெயிண்ட் கொடுக்கவா?'

'கொடு, இன்னா பயங்காட்ற அய்யரே!'

'தபாரு, ஜாதிபத்தி மட்டும் பேசாத. கெட்ட கோபம் வரும்.'

மீரா, 'ஹய்யோ, ஹய்யோ' என்று தலையில் அடித்துக் கொண்டாள்.

அப்போது அவர்களருகில் நாய்க்குட்டி போல நின்று கொண்டிருந்த மாருதி காரில் இந்தச் சண்டையைக் கவனித்துக் கொண்டிருந்தவன், 'கமான், ஏறிக்கங்க. நான்கூட லஸ் பக்கம்தான் போறேன். ட்ராப் பண்ணிர்றேன்' என்று கதவைத் திறந்து விட்டான்.

ஆனந்த் தயங்கினான்.

'கமான். டோண்ட் பி ஷை!'

'தாங்க்ஸ் சார், உங்களுக்கு ரொம்ப சிரமம். இந்த ஆட்டோக் காரங்கள்ளாம் வெரி வெரி க்வாரல்ஸம்.'

அந்தக் காருக்குள் ஃபாரின் சமாசாரங்கள் அலங்காரமாக இருந்தன. துண்டுப் பிரசுரங்கள் போல பண்டிலாக முன் சீட் காலருகில் இருந்தது. ஆனந்த் அவற்றின் மேல் என்ன எழுதி யிருக்கிறது என்று கவனிக்க முற்பட்டான்.

'அராஜகம் நடத்தி வரும் வீரப்போரும்...' கார் கிளம்பியது. மீரா பின் சீட்டில் உட்கார்ந்து கொண்டு, 'மாருதி கார்ல நான் இப்பதான் முதல் தடவை' என்றாள்.

'அப்படியா!' என்று அவன் சிரித்தான். ஒரு கையால் ஓட்டிக்கொண்டே மறு கையால் அந்தத் துண்டுப் பிரசுரங்களில் ஒன்றிரண்டை எடுத்து ஆனந்த் கையில் கொடுத்து, 'வெச்சுக்கங்க, வீட்டில போய் படிங்க' என்றான். 'லஸ்ல எங்க?'

'லஸ் கார்னர்லயே இருக்குங்க ரூம். எங்க ட்ராப் பண்ணாலும் சரி.'

'சௌகரியமான இடம்.'

'ஆனந்த், மீரா இருவரும் இறங்கி குனிந்து தாங்க்ஸ் சொன்ன போது அவன் ஒரு மாதிரி மீராவைப் பார்த்துவிட்டுப் புறப்பட, மீரா, 'இவனை எங்கயோ பார்த்திருக்கிறேன், இதுக்கு முன்னால.'

'வாவா, அதையெல்லாம் யோசிக்க டயம் இல்லை.'

மீரா எந்தவிதமான சரசாவசரமும் காட்டாமல் லஸ் முனையில் பெண்ணலங்காரத்துக்கு என்றே இருந்த குப்பை சாமான் கடைகளில் ஒவ்வொன்றாக உற்சவப் பெருமாள் மாதிரி நின்றாள். மேலே அவளைக் கொண்டுசெல்லவே அரை மணி ஆகிவிட்டது. அவள் ஆனந்தின் மேல்மாடி அறைக்குள் நுழைந்த உடனே, 'என்ன இது குப்பையா இருக்கு. வாருகல் இருக்கா? பெருக்கலாம்' என்றாள்.

'அதெல்லாம் அப்புறம்.'

'இப்பத்தான் ஞாபகம் வந்தது. அந்த மாருதி கார்காரன் யாருன்னு. நேற்றைக்கு ஜன்னல் வழியா எட்டிப் பார்த்தான் பாருங்கோ, அவன்தான்.'

'பேத்தாதே' என்று அவளைப் பின்னாலிருந்து அப்படியே அணைத்துக்கொண்டான் அவன். கை மாலையைக் கழற்ற அவள் முற்பட்டபோது, 'ரொம்ப உரசாதீங்க' என்றாள்.

'உரசல்! என்ன அழகான வார்த்தை! உரசல், கரைசல், கலசல், வலசல், நிலசல் எல்லாம் பரிசோதனை பண்ணிப் பார்த்துரலாம். மீரா, லைப் இஸ் ஷார்ட் ஷார்ட்!'

'காஞ்ச மாடு கம்பில பாயறா மாதிரியெல்லாம் பண்ணா, எனக்கு என்னவோ மாதிரி இருக்கு.'

'என்ன மாதிரி?'

'என்னவோ உபயோகப்படுத்தற மாதிரி.'

'அடப்பாவி! என்ன பண்ணணுங்கற முதல்ல? ஊதுவத்தி கொளுத்தி காதல் கவிதை வாசிச்சுக்காட்டணும்ங்கிறியா! டயம் இல்லையே. இப்பவே மீட்டர் ஒரு மணி நேரம் ஓடிடுத்தே.'

'பாத்திங்களா, பாத்திங்களா, நான் என்ன டாக்ஸியா... முதல்ல நான் புடைவை மாத்திக்கணும். இந்த புடைவை கசங்கிப் போய்டும்.'

'என்பைஜாமா ஏதாவது மாட்டிக்கிறியா?'

'சரி.'

'என் சட்டை?'

'சரி.'

'அப்பா, திஸ் இஸ் த்ரில்லிங். நல்லா மெல்லிசா ஒரு சட்டை தர்றேன்! டிட்டிரி! ரிபாப்பரீ!' என்று பாடத் தொடங்கினான்.

'நானே எடுத்துக்கறேன்.'

சாத்திய ஜன்னல் இடுக்கிலும் கதவின் பாதத்திலுமிருந்து தப்பித்த சூரிய வெளிச்சத்தில் அரையிருட்டில் மீரா தன் உடைகளைக் களைவது ஆனந்துக்குக் கிறக்கமாக இருந்தது.

'சட்டை எங்க இருக்கு?'

'பச்சைப் பொட்டி.'

அதைத் திறந்தபோது மீரா அந்தப் பெட்டிக்குள் சற்று சின்னதாக வழவழப்பாக மரப்பெட்டி இருந்ததைப் பார்த்தாள். அது ஏறக்குறைய கருப்பாக பாலிஷ் போட்டு 'என்னைத் திற' என்று வற்புறுத்தியது. திறந்தாள், பார்த்தாள். மீரா அதற்கு முன்னால் ஒரு ரைஃபிளைக் கிட்டத்தில் பார்த்ததில்லை. ஏதோ மிலிட்டரி சம்பந்தமான சினிமாப்படங்களிலும் ரிபப்ளிக் டே பரேடிலும் என்.ஸி.ஸி.க்காரர்களிடமும்தான் இருக்கும். அதுவும், இது பாகம் பாகமாக பெட்டிக்குள் அடங்கி அப்புறம்தான் முழு ரைஃபிளாகும் போலத் தோன்றியது. 'இது எதுக்கு?' என்றாள்.

'எது?'

'பெட்டிக்குள்ள இன்னொரு பெட்டி இருக்கே அதுக்குள்ள என்னவோ ஆயுதம் மாதிரி...'

'அது பெட்டி இல்லை. புது மாதிரி ஷேவிங் செட்டு' என்றான் ஆனந்த்.

'எதைச் சொல்றிங்க நீங்க?'

'ப்ச், அதெல்லாம் அப்புறம் விவரமாக் காட்டறேன். நீ இப்ப கிட்ட வரப்போறியா இல்லையா!'

'எனக்கென்னவோ நீங்க எதையோ எங்கிட்டருந்து மறைக்கிறீங்கன்னு தோணுது.'

'கல்யாணம் ஆன ரெண்டாவது நாளா? கமான் மீரா! ஹேவ் ஏ ஹார்ட். நீதான் எங்கிட்டருந்து நிறைய மறைக்கிற... உதாரணமா இது எப்படி இருக்கும்னு நேர்ல பாத்ததே இல்லை நானு.'

'சே போங்க.'

'மீரா, ஓ மீரா. கடைசியா கடைசியா உன்னை அடையறதுக்கு என்ன பாக்கியம்.'

'அந்த பெட்டிக்குள்ள... அந்த பெட்டிக்குள்ள...'

'எல்லாம் அப்பறம் பேசலாம்.' அவளை சட்டையோடு அழைத்து வந்த மடியில் உட்காரவைத்து தன் கண்ணுக்கெதிரே அவள் மார்பு இருக்கிற நிலையில் அப்படியே அவள் மேல் முகத்தை வைத்து முங்கியபோது ர்ர்ர்ர் என்று அழைப்பு பஸ்ஸர் ஒலித்தது.

'அய்யோ, கொடுமைடா இது! கொடுமைடா இது!'

பஸ்ஸரை அழுத்தியதும் இல்லாமல் பின் குறிப்பாக கதவும் பொறுமை இல்லாமல் தட்டப்பட்டு, 'மீரா, மீரா, உள்ள இருக்கியா மீரா!' என்று இரண்டு மூன்று குரல்கள் கேட்டன.

ஆனந்த் லுங்கியை அவசரமாகக் கட்டிக்கொண்டு கதவிடுக்கின் வழியாகப் பார்த்து, 'சே, மை காட்! உன் தம்பி தங்கைகள் அத்தனை பேரும் ஒரு ரெஜிமெண்ட் வந்திருக்காங்க!'

'என்னடி?' என்று மீரா இங்கிருந்தே வினவினாள்.

'பாட்டு வாத்தியார் வீட்டுக்கே நேர வந்துட்டார். நீ இங்கதான் இருப்பே, பாட்டு க்ளாஸ் வீணாப் போறதுன்னு உன்னை உடனே அழைச்சுண்டு வரச்சொன்னா பாட்டி.'

'மீரா, கதவைத் திற!'

'மீரா! மீரா!'

மீரா அதிவேகமாக புடைவைக்கு மாற்றிக்கொள்ள, ஆனந்த் ஒரு சட்டையை எடுத்து தலை கீழாக மாட்டிக்கொண்டு திறந்தான்.

மீராவின் தம்பி தங்கைகள் அனைவரும் ஹேம்லின் பைடு பைப்பரின் எலிகள்போல உள்ளே வந்து கட்டிலில் உட்கார்ந்து கொள்ள, 'வா வா, போகலாம். இதான் அத்திம்பேர் ரூமா, டேய் அதையெல்லாம் எடுக்காதே, உடைஞ்சு போய்டும்...'

'நான் போய்ட்டு வரட்டுமா' என்றாள் மீரா.

அவளை முறைத்துப் பார்த்தான். அவளுக்கு முகத்தில் புன்முறுவல்தான் தோன்றியது. 'ஸாரி, அடுத்த முறை நிச்சயம்.'

'அடுத்த முறைன்னு ஆடி மாசம் வரைக்கும் வராதுபோல இருக்கு. மாமா சொல்றாப்பல லெட்ஸ் க்விட் திஸ் ப்ளேஸ். அப்பத்தான் கதி மோட்சம்!'

'என்ன சொல்றீங்க நீங்க?' என்றாள் மீராவின் தங்கை.

'சொல்றேன் சொரைக்காய்க்கு உப்பில்லைன்னு. ஏம்பா உங்களுக்கெல்லாம் டிவி, கிரிக்கெட் மாட்ச்சுன்னு ஒண்ணும் கிடையாதா? இங்க வந்துதான் கழுத்தறுக்கணுமா?'

மீரா தன் உடன் பிறப்புகளுடன் கீழே இறங்கி வந்தபோது அந்த சிவப்பு மாருதி கார் நின்றுகொண்டிருப்பதையும், அவர்கள் இருவரையும் பிற்பகல் கொண்டுவிட்ட ஆசாமி அங்கேயே நின்றுகொண்டிருப்பதையும் பார்த்தாள். மாடியையே பார்த்துக் கொண்டிருந்தவன் மீராவைக் கவனித்ததும் மாலை முரசால் முகத்தை மறைத்துக்கொண்டான்.

4

மீரா ஆவியாகிப்போன திசையையே பார்த்துக் கொண்டிருந்த ஆனந்த், மாருதிகாரனைக் கவனிக்க வில்லை. அவன்தான் இவனைப் பார்த்துக்கொண்டி ருந்தான். ஆனந்தின் அறை ஜன்னலிலிருந்து லஸ் முனை முழுவதும் தெரிந்தது. ப்ளாட்பாரம் பிள்ளை யார் கோயில், ஆயிரம் மாச நாவல்கள் தொங்கும் பத்திரிகைக் கடை, போர்டில் தலைகீழாக இங்கிலீஷில் எழுதிய துணிக்கடை, ராத்திரி சாப்பாட்டுக்கு வத்தல் குழம்பு அளிக்கும் வேங்கடா லாட்ஜ், வருஷம் பூரா இருபது சதம் தள்ளுபடி அறிவிக்கும் கட்பாடி கடை, பார்க் பண்ணவரும் கார்களை ரைட் ரைட் என்று நேர்ப்படுத்தும் பைத்தியக்காரன், பச்சையும் சிவப்பும், 'ஜே'யும் 'வி'யுமாக பல்லவன் பஸ்கள், கோவில் மாமிகள், பட்டுப்புடைவை வியாபாரிகள், பெட்ரமாக்ஸ் மசால் வடைக் கடைகள் - இத்தனை சந்தடியில் மீரா இல்லையே என்கிற குறைதான் ஆனந்திடம் மிஞ்சியிருந்தது.

உடனே பஸ் பிடித்து மாமனார் வீட்டுக்குப் போய் அதட்டலாக, இன்னும் பதினான்கு நிமிஷங்களில் என் மனைவியை என்னுடன் அனுப்பினால் சரி, இல்லையேல் விவாகம் ரத்து என்று சொல்லலாம் போலக் கோபம் வந்தது.

'என்ன இது அக்கிரமம்! கல்யாணம் ஆகி மூன்று நாள் ஆகப்போகிறது. இப்படி முதல் இரவு என்று பேர்

பண்ணி பெண்ணை ஐ. டி. ஆஸ்பத்திரியில் போல தனிமைப் படுத்தி வைத்திருக்கும் விந்தை எந்த தேசத்தில் செலாவணி?' என்றெல்லாம் எண்ணிக்கொண்டிருக்கையில்தான் ஆனந்த் ஜன்னலைப் பார்த்தான். முகத்தைப் பார்த்தான்.

'யாருப்பா யாரு?' இந்த முகம் நேற்று முகமல்ல, வேற்று முகம். அவனைப் பார்த்து சிரித்து, 'நீங்கதானே மிஸ்டர் ஆனந்த்.'

'ஆமாம், நீங்க யாரு?'

'இன்ஸ்பெக்டர் தனபால்.'

'இன்ஸ்பெக்டர்னா...'

'போலீஸ்.'

'என்ன வி.... வி... விஷயம்?'

'உங்களை விசாரிக்கணும். நாளைக்கு டென் டு ட்வெல்வ் உங்களுக்கு சௌகரியப்படறப்ப மந்தைவெளி போலீஸ் ஸ்டேஷன் உங்களுக்கு தெரியுமில்லை? வர முடியுமா?'

'எதுக்கு சார்?'

'வாங்களேன், சொல்றேன்.'

'என்ன விஷயம்னு சொன்னீங்கன்னா...' சட்டென்று நினைவு வர 'ஸ்கூட்டர்ல ஹெல்மேட் போட்டுக்காம மார்க்கெட்டுக்கு போய் காரட்டு வாங்கிண்டு வந்தேன் ஒரு நாளைக்கு, அதா?'

'இது காரட்டைவிடத் தீவிரமான விஷயம். வரீங்களா? வாக்குத் தவறாதீங்க என்ன?'

அவன் போனதும் வியப்புடன் அத்திசையையே நோக்கிக் கொண்டிருந்த ஆனந்துக்கு சமகால நிகழ்ச்சிகள் சரியாகப் புரியவில்லை. மீரா புரியவில்லை. ஜன்னலில் தெரிந்த முகங்கள் புரியவில்லை. இப்போது இந்த மந்தைவெளி போலீஸ் இன்ஸ்பெக்டர் எதற்கு? என்ன குற்றம் செய்தேன்? மஞ்சள் கடந்தேனா? சிவப்பை மீறினேனா...

எதாவது பாங்க் சம்பந்த ஃப்ராடாக இருக்குமோ! காஷியர் ஒருமுறை வெளியூர் ட்ராப்ட் ஒன்றை ஆத்தரைசேஷன் இல்லாமல் பாஸ் பண்ணிவிட்டு அது போலி என்று தெரிந்ததும்

அவரை மண்ணச்சநல்லூருக்கு மாற்றினார்களே, அதைப் பற்றி விசாரிக்கவா...

இப்போது என்ன செய்வது என்று தெரியாமல் உடை மாற்றிக் கொள்ள பெட்டியைத் திறந்தபோது அந்த கருப்புப் பெட்டியைப் பார்த்தான். இது யாருடையது, புதுசாக இருக்கிறதே என்று அதைத் திறந்து பார்த்திருந்தால் ஆனந்த் ரைஃபிள் துப்பாக்கியைப் பார்த்திருப்பான். அதற்குள், 'ஆனந்த் சார், உங்களுக்கு ஃபோன்' என்று கண் டாக்டரிடமிருந்து பையன் வந்து சொல்லி, பி.கு.வாக 'பொம்பளை குரல்' என்றான். ஆனந்த் போட்டது போட்டபடியே ஃபோனை நோக்கி ஓடினான்.

'நான்தான் மீரா பேசறேன். எம்மேல்...' டெலிபோனில் இவள் குரல் இன்னமும் இனிமையாக இருந்தது. 'கோவமா?'

'ஆமா. கடுமையா.'

'என்ன பண்றது? விடமாட்டங்கறாளே.'

'இப்பவே இந்த க்ஷணமே பொட்டி படுக்கையெல்லாம் எடுத்துண்டு என் ரூமுக்கு வரப்போறியா இல்லையா?'

'வரலைன்னா?'

'கல்யாணம் கான்ஸல்.'

'அப்ப பங்களூர் வேண்டாமா?'

'சிரிக்கிற. ஐ'ம் சீரியஸ்டி மீரா! என்னை உங்க வீட்டில எல்லாரும் கிள்ளுக்கீரைன்னு நெனைச்சுண்டு இருக்கீங்களா? மாப்பிள் ளைனா மரியாதை வேண்டாம்... என்னது பங்களூரா?'

'ஆமா. நாளைக்கு நாம் ப்ருந்தாவன்ல போறோம். கார்த்தாலை உங்க மாமா டிக்கெட் கொண்டு கொடுத்துட்டு போனார். பங்களூரில் ஒரு வாரம் இருக்க எல்லா ஏற்பாடும் பண்ணி ஓட்டல்ல ரூம் முதக்கொண்டு புக் பண்ணி எல்லாம் கொண்டு வந்து கொடுத்துட்டுப் போய்ட்டார். கார்த்தாலை ஏழு மணிக்கு ரயிலாம். அங்கயே வந்துருங்கோ.'

'எங்க?'

'சென்ட்ரலுக்கு.'

‘ராத்திரியே உங்க வீட்டில் வந்து படுத்துண்டுறவா?’

‘அதெல்லாம் பங்களூர் போனப்புறம்தான்!’

‘மீரா மீரா’ என்று சுற்றுமுற்றும் பார்த்து குரலை தழைத்துக் கொண்டு ‘ஐ லவ் யு மீமீ! மூமூ! மோமோ!

‘என்னது? உரக்கப் பேசுங்கோ?’

‘ஐ லவ் யூன்னேன்!’

‘என்னது! சரியாச் சொல்லுங்கோ. காதில விழலை!’

‘செவிட்டு எழவே, ஐ லவ் யூ’ என்று இரைந்து சொல்ல அட்ரபின் நிஷ்டையில் இருந்த வைர மூக்குத்தி மாமி கண்ணைத் திறந்து இடுக்கிக் கொண்டு பார்த்தாள்.

ஆனந்த்துக்கு சந்தோஷம் தாங்கவில்லை. மாமா என்றால் ராஜு மாமாதான். என்ன ஒரு ஆர்கனைஸர். தேவதை வம்சம். சும்மா சொல்லக்கூடாது. ஆனால் இத்தனை சந்தோஷத்திலும் கட்டிலில் இது என்ன ஒன்று உறுத்துகிறது?

அவனுக்கு ப்ளேடு சீப்பு சோப்பு சமாசாரங்கள் வாங்கிக்கொள்ள வேண்டியிருந்தது. மேலும் ஸ்கைபாக் என்கிறார்களே, பார்த்தால் மதிப்பாக வெள்ளை நாய்க்குட்டி போல இருக்குமே, அந்தப் பை வாங்கிக்கொள்ள வேண்டும். அப்புறம் ஆஃப்டர் ஷேவ் லோஷன் பர்மா பஜாரில் விற்கிறார்கள். ஒரு சொட்டு தெளித்துக்கொண்டாலே அப்படியே கஸ்தூரிமான் போல் வாசனை தூக்கும்.

அதற்கே மீரா திக்ஜாம் விளம்பரம்போலத் தோளைக் கட்டிக் கொண்டு, ‘வ்வாயேன்!’ என்று வோட்கா தோய்ந்த குரலில் சொல்லப்போகிறாள்.

பகல் கனவு கண்டுகொண்டே அவன் கீழே இறங்கி வந்து சாலையைக் கடந்து பஸ் பிடிக்க குறுக்கே சென்றபோது எதிர் தரப்பில் இருந்த ஆள் தன் பேப்பர் கவசத்தை நீக்கிவிட்டு அவனைப் பார்த்ததை வாசகர்கள் நினைவின் ஓரத்தில் போட்டுக் கொள்ள விண்ணப்பிக்கின்றேன்.

பஸ்ஸில் ஏறினப்புறம்தான் ஆனந்துக்கு அந்த உறுத்தல் எதனால் என்று தெளிந்தது. போலீஸ் இன்ஸ்பெக்டர் ஸ்டேஷன் வரச் சொல்லியிருக்கிறாரே நாளைக்கு?

அதனால் என்ன, உடம்பு சரியில்லை என்று சொல்லிவிடலாம். போலீஸ் சமாசாரமாச்சே, ஒப்புக் கொள்வார்களா? ஒரு மெடிக்கல் சர்ட்டிபிகேட் வாங்கிக்கொள்ளலாம். ராஜு மாமாவிடம் சொல்லிவிடலாம். அவருக்குத் தெரியாத போலீஸா! எதற்காகக் கூப்பிட்டிருக்கிறார்கள்? என்னவோ மாமூலான சமாசாரமாக இருக்கும். சீரியஸாக இருந்தால் அந்த இன்ஸ்பெக்டர் முகத்திலேயே தெரிந்திருக்குமே!

மறுநாள் அதிகாலையில் எழுந்து ஆனந்த் சவரம் பண்ணிக் கொண்டு பத்மஜா பாஸ்ட் புட்டில் ஒரு டீ அருந்திவிட்டு அவசரமாக ஆறு நாளைக்கு உண்டான சட்டை பாண்ட்டுகளை, கண்ணாடியை, ஷேவிங் செட்டை, 'எம்' போட்ட பெல்ட்டை, இன்னபிற குப்பை சமாசாரங்களை எடுத்து புதிய பையில் அடைக்கும்போது, அந்தக் கருப்புப் பெட்டியை மறுபடியும் பார்த்தான். அதைத் திறந்து பார்க்க இப்போதும் அவகாசம் இல்லாமல், ஏதாவது கல்யாணத்தில் கொடுத்த பெட்டியாக இருக்கும், பங்களூர் போய் வந்ததும் பார்த்துக்கொள்ளலாம் என்று புறப்பட்டுவிட்டான். இருபத்து ஒன்று தயாராக வந்தபோது சந்தோஷப்பட்டான். சென்ட்ரலில் இறங்கிக் கொண்டு எஃப்.ஸி. ஒன் கம்பார்ட்மெண்ட்டுக்குப் போனபோது மீராவின் அனைத்துக் குடும்பமும் டாட்டா காட்ட வந்திருக்க, 'இதோ மாப்பிள்ளை' என்று பிளாட்பாரம் பூரா இரைச்சலாக மீராவின் அப்பா கூப்பிட்டார். 'ஹாய்' என்று ரமா, 'அலோ சார்' என்று சந்து, 'வ்வாங்கோ' என்று பாட்டி.

மீரா மட்டும் அவனையே கண்கொட்டாமல் பார்த்துக் கொண்டிருந்தாள்.

'இந்த பனியன் எங்க வாங்கனீங்க.'

'நேத்திக்குத்தான் பர்மா பஜார்ல.'

'மார்பின் குறுக்கே 'What is life without wife' என்று எழுதியிருந்தது. 'நன்னாயிருக்கா?'

ரமா, 'உங்களுக்கு இதைவிட்டா வேற கிடைக்கலையா அத்திம்?'

'ஏன் ரமா?'

'இந்த மாதிரி பனியன்லாம் சைக்கிள் ரிக்ஷாக்காரங்கதான் போட்டுப்பா!'

'ஏய் ரமா, சும்மாரு!'

'அதும் பஞ்சு மிட்டாய் கலர்ல. என்ன சார் நீங்க!'

'ரமாஆ! நிசமாவே அடிச்சுருவேன்' என்றாள் அம்மா.

'ஸாரி ஸாரி.'

ராஜு மாமா சேர் காரில் மெத்து மெத்தென்று சீட் ரிசர்வ் பண்ணியிருந்தார். அதன் ஏ.ஸி. சுகத்தில் நுழைந்து கொண்டு பச்சை ஜன்னல் வழியாக டாட்டா காட்ட, ஒருவழியாக ரயில் புறப்பட்டது.

'அப்பாடா ஒழிஞ்சாங்கடாப்பா!'

'யாரைச் சொல்றீங்க?'

'பொதுவாச் சொன்னேன்... இப்பதான் நம்ம ரெண்டு பேருக்கும்... மீரா!'

மீரா மூக்கைச் சிந்தினாள்.

'எதுக்கு அழறே?'

'அப்பா அம்மாவை விட்டுட்டு நான் இருந்ததே இல்லை.'

'ஒரு வாரம்! ஏழு நாள் கண்ணு!'

'பாட்டிதான் ரொம்ப அழுதா, பாவம்.'

'உங்க பாட்டியைப் பாத்தா வாழ்க்கையில வெங்காயம் நறுக்கறப்பகூட அழுவான்னு தோணலை. என்னா ஃபேமிலி!'

'பழிக்காதீங்கோ. அவாள்ளாம் எம்மேலே எத்தனை அஃபெக் ஷன்னு உங்களுக்குத் தெரியாது! நீங்க எப்பவுமே தனியா இருந்து பழக்கப்பட்டுட்டீங்களா?'

'சரி சரி, அதைப்பத்தி என்ன பேச்சு இப்ப?'

'உங்க கூடப் பொறந்தவா யாரும் கெடையாது இல்லை? கல்யாணத்துக்கு ஒருத்தருமே வரலையே.'

'அக்கா அமெரிக்கால இருக்கா.'

ரயில் வேகம் பிடிக்க மீராவின் தலையில் சூடியிருந்த மல்லிகைப் பந்தல் வாசனை தூக்கி அடித்தது.

'மீரா, உன் கூந்தல் என்ன சாஃப்டா இருக்கு தெரியுமா.'

'இப்படிப் பேசறதா இருந்தா நான் வரலை.'

'இப்ப எங்க போவ? உன்னைத் தொகையல் பண்ணிர்றேன் பாரு, பெங்களூர் போன கையோட!'

'எனக்குப் பசிக்கிறது. காத்தாலை ஒரு கப் காபி சாப்பிட்டது!'

'டைனிங் கார்காரன் வருவான். கொஞ்சம் காத்திரு, என்ன?'

'ஏதாவது இட்லி வடைன்னு கெடைக்காதா? பசிக்கிறதே.'

'இரு பார்க்கறேன்' என்று ஆனந்த் எழுந்து சீட்டுகளுக்கு இடையே நடந்து கம்பார்ட்மெண்ட்டுக்கு நடுவே இருந்த அதன் வெஸ்டிப்யூலில் கடந்து அடுத்த கம்பார்ட்மெண்ட்டுக்கு வந்து டைனிங்காரரை நோக்கி நடக்கையில் தோளில் யாரோ கை வைப்பதை உணர்ந்தான்.

'மிஸ்டர் ஆனந்த்? எங்க தப்பிச்சுக்கிட்டு ஓடறீங்க?'

திரும்பினால் போலீஸ் அதிகாரி, அவனைப் பார்த்துப் புன்னகைத்தார்.

5

இந்தக் கதையின் தலைப்புக்கு நியாயமாக ஆனந்தின் ஓட்டம் இந்த அத்தியாயத்தில் தொடங்குகிறது. ஆனந்துக்கு போலீஸ் என்றால் இதுவரை சைக்கிள் விளக்கு, சாலைப் போக்குவரத்து இவைதான். அவ்வப்போது சினிமாவில் புத்தம் புது காக்கி அணிந்த போலீஸ்காரர்களைப் பார்த்திருக்கிறான். அவர்கள் அவனை எந்தவிதத்திலும் பயப்படுத்தியதில்லை. ஆனால் இந்த பிருந்தாவன் எக்ஸ்பிரஸ் நிஜ போலீஸ் இன்ஸ்பெக்டர் மெய்யாலும் அவன் வயிற்றில் சங்கடம் பண்ணத் தொடங்கிவிட்டார். ரெண்டு நாட்களாக நடந்த சம்பவங்களே புரியவில்லை. ஆரோக்கியமாக இல்லை. ஜன்னல் வழியாகப் பார்த்த முகம், சட்டென்று ஒரு ஆசாமி மாருதி காரில் கான்ஸலேட் அருகில் கத்தி செருகினாற்போல வந்து நிறுத்துவது, அதன்பின் நேற்று மாலை என்ன விஷயம் என்று சொல்லாமல் 'மந்தைவெளி வா' என்ற மற்றொரு ஆசாமி. அவர் பேர் என்ன சொன்னார்? தனபாலா? இது ஏதும் ஒன்றோடு ஒன்று ஒட்டாமல் தமிழ்நாட்டு அரசியல்போல இருந்தது. இப்போது மற்றொரு போலீஸ் அதிகாரி!

'மிஸ்டர் ஆனந்த்! காது கேக்கலியா, எங்க போறீங்க?'

'பெங்களூர் சார்.'

‘அப்படியா சார். நீங்க பெங்களூர் போக முடியாது.’

‘ஏன் சார்?’

‘உங்க சீட் நம்பர் என்ன?’

‘எப்ஸி கம்பார்ட்மெண்ட்டில இருக்கு.’

‘நம்பர் என்ன? கேட்ட கேள்விக்கு பதில்!’ அவர் கண்கள் ஏற்கெனவே பெரிசு.

‘பதினெட்டு!’

‘சரி, அங்கயே இருங்க. வரேன்.’

‘என்ன விஷயம்னு சொன்னீங்கன்னா?’

‘மிஸ்டர் ஆனந்த்’ என்று அவர் சற்று கிட்ட வந்து அந்தக் கண்களால் நேராகத் தீய்த்தார். ‘எதுக்காகப் பாசாங்கு? என்ன விஷயம்னு நல்லாவே தெரியும் உங்களுக்கு. எங்களுக்கும் தெரியும். பாசாங்கு வேண்டாம். இந்த ரயில் அடுத்தபடி காட் பாடியில் நிற்குமில்லை. அப்ப வந்து சந்திக்கிறோம். இப்பவே கைல விலங்கை மாட்டி எம்பாரஸ் பண்ண வேண்டாம்னு பார்க்கறேன். எடத்தை விட்டு விலக வேண்டாம்.’

அவர்கள் நின்று கொண்டிருந்தது இரண்டு கம்பார்ட் மெண்ட்டுகளுக்கு இடையேயான நியூட்ரல் பிரதேசம். ஒரு சிலர் புகைபிடிக்க, ஒரு சிலர் பாத்ரூம் போக, ஒரு சிலர் வாஷ்பேசினில் முகம் அலம்பப் புழங்கும் இடம். பலர் இன்ஸ்பெக்டரையும் ஆனந்தையும் மாறி மாறிப் பார்த்துக்கொண்டு போனார்கள். சிலர், ‘என்ன சார் விஷயம்’ என்று கேட்க, அதிகாரி, ‘உன் வேலையைப் பார்த்துக்கிட்டு போடா’ என்று அதட்ட உடனே முகம் சுருங்கி விலகிப் போனார்கள்.

‘இப்ப என்ன பண்ணணும்?’

‘பேசாம போய் சீட்டில் உக்காந்துக்கணும். நகரக் கூடாது! காட் பாடில ஆரவாரமில்லாம அழைச்சுட்டுப் போறம். வாரண்டைப் பார்க்கறீங்களா!’ அவர் காட்டின பழுப்புக் காகிதத்தில் ஆனந்தின் பெயரும் பாங்க் விலாசமும் சரியாகத்தான் இருந்தன.

‘என்ன சார் செஞ்சேன்?’

‘மறுபடியும் ஆரம்பிக்கிறீங்களே! என்ன செஞ்சீங்கன்னு உங்க வீட்டில் இருக்கிற துண்டுப் பிரசுரங்களைக் கேளுங்க... ரைஃபிளைக் கேளுங்க... உங்க சகாக்களைக் கேளுங்க! நடங்க உங்க சீட்டுக்கு.’

ஆனந்த் ஒன்றும் புரியாமல் தன் இருக்கைக்கு மறுபடி செல்ல, அவர் சற்று தூரம் அவன் பின்னாலயே ஒட்டிக்கொண்டு வந்து, ‘குரங்கு வேலை ஏதும் வேணாம். சுடக்கூடத் தயங்க மாட்டோம்’ என்று சொல்லிவிட்டு சற்றுத் தள்ளி ஒரு காலி இருக்கையில் வீற்றார்.

ஆனந்த் கவலையுடன் தன் இருக்கைக்கு வந்தபோது மீரா ஜன்னல் வழியாக வேடிக்கை பார்த்துக்கொண்டிருந்தவள், ‘என்ன இத்தனை நேரம்? எங்க இட்லி?’

‘இட்லியா. இட்லி. ஆமா இட்லி, போறதுக்குள்ள அவனே வந்துட்டான்.’

‘எங்க?’

‘வந்துண்டிருக்கான்.’

மீரா அவனை விந்தையுடன் பார்க்க, ‘ஏன் ஒரு மாதிரி இருக்கீங்க’ என்றாள்.

‘இ... இ... இல்லையே...’ இவளிடம் இப்போது சொல்லலாமா? என்ன சொல்வது! எனக்கே புரியவில்லையே. இவள் வேறு பயந்துபோய் ஊரைக்கூட்டி, வேண்டாம், சிந்திக்கலாம்.

‘கல்யாணத்தும்போது சாப்ட்டது உங்களுக்கு ஏதோ ஒத்துக்கலை. ஏதாவது பேதி கீதி ஆறதா?’

‘இல்லையே.’

‘உங்களைப் பார்த்தா ‘மாந்தக் குழந்தை மாதிரி’ன்னு பாட்டி சொல்லுவா.’

‘ஹி... ஹி... உங்க பாட்டி ரொம்ப வேடிக்கை, இல்லை?’ என்று சிரிப்பில்லாமல் பல்லை விரித்தான்.

‘எல்லாம் பெங்களூர் போனப்புறம் சரி பண்ணிடலாம்.’

‘ஆமாம். போனா...’

தூரத்திலிருந்து அந்த போலீஸ் அதிகாரி அடிக்கடி திரும்பி அவனைப் பார்த்துக்கொண்டிருந்தார். 'பெங்களூர் போனப்புறம் நாம என்ன செய்யப் போறோம்?' - மீரா.

குறும்பாகக் கேட்டவளை நிமிர்ந்து பார்த்தான். பாழாய்ப் போகிறவள் இத்தனை அழகாக இருந்து தொலைத்தாள். கண்கள் ஆசையின் எதிர்நோக்கில் விரித்திருக்க, அப்பாடா, இப்போதுதான் கணவனுடன் தனியான கணங்கள் கிடைத்துவிட்ட தைரியம் பூராவும் விகசிதமாகி அப்படியே கடித்துச் சாப்பிட்டு விடலாம்போல இருந்தது. அந்த போலீஸ் அதிகாரி மறுபடி திரும்பிப் பார்த்தார். எச்சரிக்கை என்பதுபோல ஒரு விரலை ஆள் காட்டினார்.

'உங்க கையைப் பார்க்கலாம்' என்று அவன் கையைப் பற்றி தன்மேல் வைத்துக்கொண்டு 'லைப்லைன் எத்தனை நீளம் பாருங்கோ.' அப்புறம் தொண்ணூறு டிகிரி திருப்பி, 'ஒண்ணு ரெண்டு மூணு... மூணும் பொண்ணுதான்.'

'பேர்கூட எழுதியிருக்கா' என்றான் ஒரு நிமிஷம் சமீபாவஸ்தை களை மறந்து.

'உங்களுக்கு இதில எல்லாம் நம்பிக்கை இல்லை. இல்லையா?'

'இல்லை.'

'எனக்கு ரொம்ப நம்பிக்கைப்பா. புஸ்தகத்தை பிரிச்சுப் பார்த்து நம்பரைக் கூட்டி எட்டு வந்ததுன்னா...'

'காட்பாடிலதானே? அடுத்தது எங்க நிக்கும் இந்த வண்டி? காட்பாடி. காட்பாடி, அங்கதான் நிக்கப் போறது?'

'ஏன், நிஜமாச் சொல்லுங்கோ. என்னைக் கல்யாணம் பண்ணிண்டதில இஷ்டம்தானே உங்களுக்கு?'

'ஏன் அப்படிக் கேக்கறே மீரா?'

'இல்லை நீங்க பிஹேவ் பண்றது ஒருமாதிரி இருக்கு. ரமாகூடச் சொன்னா.'

'இல்லை மீரா. நான் இன்னைக்கு சரியான மூடில இல்லை. அப்பறம் சொல்றேன். என்னவோ ஒரு மாதிரி.'

'என்ன மாதிரி?'

அந்த போலீஸ் அதிகாரி எழுந்து பாத்ரூம் போவதைக் கவனித்தான்.

'பெங்களூர்ல எங்க தங்கப் போறோம்?'

'பெங்களூர்ல.'

'எங்க தங்கப் போறோம்னேன். காது ஏதாவது கேக்காதா?'

'வெஸ்ட் எண்டில மாமா புக் பண்ணியிருக்காரே. அதாவது பெங்களூர் போனா...'

'நீங்க பேசறதே முன்னப் பின்ன முரணா இருக்கு.'

'மீரா...'

வண்டி மெல்ல வேகம் குறைந்தது. பொறுமை இல்லாமல் இஞ்சின், சிக்னல் கிடைக்கவில்லை என்று கூப்பிட்டது. மெல்ல மெல்லக் குறைய, ஆனந்த் சட்டென்று தீர்மானித்தான்.

'எழுந்திரு மீரா.'

'என்னவாம்?'

'எழுந்திரேன், சொல்றேன்.'

'ஏன், என்ன?'

'மீரா, இப்பக் கொஞ்சம் வினோதமா இருக்கும் எல்லாம். அப்றம் சொல்றேன். மொச்சு மொச்சுன்னு கேள்வி கேக்காம எங்கூட வா.'

'எதுக்கு? டைனிங் கார்க்காரன்தான் வருவானே.'

'நான் உன் புருஷன்தானே மீரா?'

'ஆமா.'

'நான் சொல்றதைக் கேப்பே இல்லை. அதானே சாஸ்த்ரம்?'

'கேப்பேன்.'

'என்கூட வா.'

மீரா எழுந்திருக்க.

'வா வா. உன் ஹேண்ட் பாக் எடுத்துண்டு வா.'

‘எக்ஸ்யூஸ் மீ’ என்று சரசரவென்று தன் கம்பார்ட்மெண்ட்டைக் கடந்து அடுத்த இரண்டாம் வகுப்பு கம்பார்ட்மெண்ட்டுக்கு வந்தான்.

‘எங்க போறீங்க? இருங்க நானும் வரவேண்டாமா?’

ரயில் ஏதோ ரிப்பேருக்காக மெல்லப் போய்க்கொண்டிருந்தது. வேகம் குறைத்துக்கொண்டிருந்தது.

ஒரே ஒரு ஆள் கதவைத் திறந்து வைத்துக்கொண்டு சிகரெட் புகைத்துக்கொண்டிருந்தார்.

‘கொஞ்சம் நகர்றீங்களா.’

‘ஸ்டேஷன் இல்லை சார் இது.’

ரயில் ஏறக்குறைய நிற்கும் நிலைக்கு வந்துவிட ‘மீரா! நான் எல்லாம் அப்புறம் சொல்றேன். நீ என்கூட தைரியமா இறங்கு. குதிச்சுடு.’

‘என்னது!?’

‘குதி! குதி!’

‘என்ன சார், சார், சார், சா...ர்? எக்ஸ்க்யூஸ் மீ!’

ஆனந்த் சட்டென்று நின்றிருந்த ரயிலிலிருந்து உயரமான இரும்புப் படிகளில் இறங்கி சரளைக் கற்களில் குதித்தான். மீரா பிரமித்துப்போய் ‘என்ன பண்றீங்க? என்ன!’

‘டிக்கெட் தொலைச்சுட்டேன்னு வெச்சுக்கோ. சீக்கிரம் குதி! ரயில் பொறப்பட்டுரும். குதி எழவே, குதிடீ!’

மீரா திகைத்துப்போய் ஆனந்த் செய்தவாறே படிகளில் இறங்கி கடைசிப் படியில் ஏறக்குறைய சரிந்தாள். அவள் இறங்கக் காத்திருந்ததுபோல ரயில் மறுபடி புறப்பட்டு வேகம் பிடித்தது.

‘என்னது பைத்தியம் பைத்தியமா பண்றேள்! எதுக்காக இப்ப ரயிலவிட்டு இறங்கினோம்? என்னது? எனக்கு பயமா இருக்கே! தயவுசெய்து சொல்லிடுங்களேன்.’

‘அதுக்கெல்லாம் சமயம் இல்லை இப்ப. வா!’

ரயில் பெட்டிகள் இப்போது ஒரு குழப்பப் படபடப்பாக அவர்களை வேகம் பிடித்துக் கடந்த காற்று ஓய்ந்தபின் ஆனந்தும்

மீராவும் காட்பாடியிலிருந்து சுமார் முப்பத்தாறு கிலோமீட்டர் முன்னே, அறியாப் பிரதேசத்தில், எலக்ட்ரிக் ரயிலின் கம்பங்களுக்கும் எண்ணெய்ச் சரளைக் கற்களின் மத்தியிலிருந்தும் புறப்பட்டு சரிவில் இறங்கி ஒற்றையடிப் பாதையை அடைந்து நல்லாவைக் கடந்து சென்னை - பெங்களூர் தேசிய தார்ச்சாலையில் வந்து அடைந்தபோது, அப்பாடா! தூரத்தில் பிருந்தாவன் புள்ளியாகத் தெரிய, மீரா அவனையே அதட்டலாகப் பார்த்துக் கொண்டிருந்தாள். அவள் கண்களில் பைத்தியத்தைக் கல்யாணம் செய்துகொண்டுவிட்டோம் என்கிற கிலி நிச்சயம் கலந்திருந்தது.

ஆனந்த் கல்வர்ட்டில் உட்கார்ந்தான்.

‘இப்பவாவது சொல்லுங்கோ. என்ன விஷயம்?’

‘என்னன்னு எனக்குத் தெரியாது.’

‘தெரியாதுன்னா? பணம் எல்லாம் இருக்கோல்லியோ பத்திரமா?’

‘இருக்கு.’

‘இரு. இறைக்கிறது. ஹ... ஹ... ஹ... நமக்கு எட்டு சீட்டு முன்னால ஒரு இன்ஸ்பெக்டர், போலீஸ் இன்ஸ்பெக்டர் இருந்தான் பாரு.’

‘பாக்கலை. சொல்லுங்கோ.’

‘அவன் என்னை அரஸ்ட் பண்ண வாரண்ட் வெச்சுண்டிருந்தான்!’

‘அரஸ்ட் பண்ணும்படியா என்ன செஞ்சேள்?’

‘எதோ என்னவோ நடந்திருக்கு. ஆள் மாறாட்டமோ, சரியா பாக்கலையோ, என்ன எழவோ, நேத்தைக்கு சாயங்காலத்திலிருந்து போலீஸ்காரங்க தொந்தரவு பண்றாங்க. அதனால் இந்தச் சமயத்தில...’

‘அதுக்காக? ரயிலை விட்டுத் தாவி இறங்கிடறதா?’

‘ஆமாம். காட்பாடியில அரஸ்ட் பண்ணப் போறேன்னான். என்ன பண்ணுவேன்?’

‘ஸாரி, இதைச் சொல்றதுக்கு! உங்க மாதிரி முட்டாளை நான் பார்த்ததே இல்லை’ என்றாள் மீரா.

6

காட்பாடிக்கு எத்தனை கிலோமீட்டர் என்று தெரியாத இடத்தில் தேசிய நெடுஞ்சாலையில் ஒரு கல்வர்ட்டில் தன் மனைவியுடன் உட்கார்ந்து கொண்டு, 'உங்க மாதிரி முட்டாளை நான் பார்த்ததே இல்லை' என்று பேச்சுக் கேட்பது ஆனந்துக்குச் சற்று சங்கடமாக இருந்தது. அதைவிடச் சங்கடமாக ஓர் 'ஏன்', சமீபத்தில் பார்த்திருந்த சில ஏன்கள்... ஏன் என்னைத் துரத்துகிறார்கள்? ஏன் என் அறை வாசலில் அந்த முகம்? என்ன என்னவோ புரியாமல் பேசுகிறார்களே? எப்படி இந்த ஆள் மாறாட்டம்? நான் யார் மாதிரியாவது இருக்கிறேனா? அதெல்லாம் சினிமாவில்தானே சாத்தியம்?

'உங்களைப் போலீஸ் துரத்தறதுன்னா எதுக்குன்னு கேக்கறது. அதுக்கு பதிலா ரயில்லருந்து குதிச்சா சரியாப் போயிடுமா? உங்க மேலே சந்தேகம் வலுக்காதா? என்ன காரியம் செய்தேள்!'

'அய்யோ! போட்டு சத்தாய்க்காதே. ஏற்கெனவே புரியாம தவிக்கிறேன். இப்ப என்ன பண்றது!'

'முதல்ல இந்த நடுரோட்டிலயே ஹனிமூன் பண்ற உத்தேசமா இருந்தாச் சொல்லுங்கோ. டெலிபோன் காரா மாதிரி டெண்ட் போட்டுக்கலாம்.'

'இல்லை மீரா. முதல்ல ராஜு மாமாவுக்கு போன் பண்ணிப் பார்க்கலாம்.'

‘இந்த எடத்தை பார்த்தா அம்பது மைலுக்கு போன் ஏதும் இருக்கறாப்பல தெரியலை.’

‘பின்ன என்னதான் பண்ணச் சொல்ற. எடுக்கெடுத்தாலும் எதுத்து சொல்றதில என்ன உபயோகம் மீராக் கண்ணு!’

மீரா எதிரே வந்த மஞ்சள் நிற லாரியை கையை ஆட்டி நிறுத்த சைகை செய்தாள். லாரி விசுவாசமாக நின்றது. ‘ஒரு உருப்படியான காரியம் செஞ்சாச்சு. லாரிய நிறுத்தியாச்சு. போய் விசாரியுங்கோ. நம்மை எங்கயாவது நகர நாகரிகம் உள்ள இடத்துக்குப் பக்கத்தில ட்ராப் பண்ணும்படியாக் கேட்டுக்கோங்கோ!’

ஆனந்த் போவதற்குள் லாரியே ரிவர்ஸ் அடித்து பின்னால் வந்து நின்றது. அதன் காபினில் சிலர் முரட்டுத்தனமாக உட்கார்ந்து கொண்டிருந்தார்கள். டிரைவர் கொடுவாள் மீசை வைத்திருந்தார். என்ன என்னவோ படங்களும் ஊதுவத்தியுமாக லாரியின் காபின், ஓட்டல் கல்லா போல இருந்தது.

‘என்னங்க பஸ்ஸூ மிஸ்ஸா?’

‘இல்லைங்க, ட்ரெய்ன் சார். எங்களை எப்படியாவது பக்கத்து ஊர்ல ட்ராப் பண்ணீங்கன்னா ஒரு டெலிபோன்...’

‘அவங்களும் வர்றாங்களா’ என்று மீராவைப் பார்த்துக் கேட்க.

‘ஆமாம்!’

‘ஏறுங்க. உங்களுக்கு இல்லாதயா! சாரங்கபாணி! பின்னால போ!’

மீரா லாரியின் பின்பக்கத்தை நோக்கிச் செல்ல.

‘முன்னால தாராளமா எடம் இருக்கு, ஏறுங்க!’

ஆனந்துக்கு இதுவரை லாரியில் ஏறிப் பழக்கமே இல்லாததால் காலில் சுரண்டி சுரண்டி வழுக்கினான். லாரிக்காரன் அவனை ஒரே அலாக்காய்த் தூக்கி உள்ளே வாங்கிக்கொள்ள, மீராவை புஷ்பம்போல எடுத்து உள்ளே போட்டான். உடனே சாவியைத் திருகி ஸ்டார்ட் செய்து புறப்பட்டான். அவன் புஜங்கள் தாக்கத்தாக இருந்தன. மீசையை ஒவ்வொரு கிலோமீட்டருக்கும் உருவி அல்லது நீவிக்கொண்டே வந்தான். அவ்வப்போது மீராவைக் கடைக்கண்ணால் பார்த்தான். மீரா தன் தாலியை எடுத்து வெளியே விட்டுக்கொண்டு டாஷ்போர்டில் இருந்த

முருகப்பிரானை வணங்கிக்கொண்டாள். அவள் ஏறக்குறைய இஞ்சின் மூடி மேலேயே உட்கார வேண்டியிருந்தது. ஆனந்த் ஒரு க்ளீனருக்கும் மறு க்ளீனருக்கும் இடையே முழங்கால் முட்டி போட்டுக்கொண்டு உட்கார்ந்திருக்க.

'எங்க, இங்க வந்து மாட்டிகினீங்க. புருசம் பெஞ்சாதிங்களா?'

'ஆமாம்.'

'ஊட்டை விட்டு ஓடியாந்துட்டீங்களா?'

'இல்லை'

'அய்யர்மாருங்களா!'

'ஆமாம்.'

'அண்ணே இது இன்னா படம். இவன் கிஷ்டியன். அவ அய்யரு... ரெண்டு பேரும் ஸ்லோமோசன்ல ஓடுவாங்களே!' என்றான் ஒரு க்ளீனர்.

'இப்ப வர்ற எல்லா படமும் அதான்டா ஸ்டோரி' என்றான் மறு க்ளீனர்.

'டீ சாப்பிடறியா கண்ணு?'

'வேணாங்க!' என்றான் ஆனந்து.

'சாப்பிடலாங்க. பசிக்குது' என்றாள் மீரா.

'அம்மா சொல்லியாச்சு. நிறுத்திரவேண்டியதுதான்.'

குழல் விளக்குகள் காலையிலும் அணைக்கப்படாமல்... லாரி டிரைவர்களுக்கு என்றே கயிற்றுக் கட்டில்களும் கோழி முட்டைகளும் பாயாவும் என்று பல்சுவை தரும் ரோட்டோர அங்காடியில் நிறுத்தி லாரி டிரைவர் குதித்து, 'கடக்கா டீ போடு அண்ணாச்சி' என்று சொல்லி, கீழே இறங்கிய மீராவுக்கு அனாவசியமாக உதவி செய்து இறக்கிவிட்டான். ஆனந்த் இறங்கும்போது தடுக்கிவிழ, 'ஒரு லாரியில ஏறி இறங்கத் தெரியலை. நீ இன்னாப்பா ஹீரோ?'

மீரா ஓரத்தில் நிற்க, 'வா, வெட்கப்படாதே. இங்க வந்து உக்காரு' என்று கயிற்றுக் கட்டிலை அவள் முன் ஒரு கையால்

எடுத்துப் போட்டான். 'ஏய் ரகீம், அய்யாவைக் கூட்டிக்கிட்டு பச்சைப் பசேல்னு கரும்புத் தோட்டம் இருக்குது. காட்டிட்டு வாடா!'

'வாங்க!' என்றான் ஒரு க்ளீனர், ஆனந்தின் புஜத்தைப் பிடித்து இழுத்து.

'அண்ணே, நான் இருக்கவா, போயிரவா' என்றான் மறு க்ளீனர்.

மீரா கலவரத்துடன் ஆனந்த் அருகில் வந்து 'டோன்ட் லீவ் மீ. ஹி வில் மொலஸ்ட் மீ.'

'அட இங்கிலிஷ் தெரியாதுன்னு நினைச்சுக்கினியா? இந்தியாவில் உள்ள அத்தனை பாஷைகளும் பேசுவன் தெரியுமில்லை... நேஷனல் பர்மிட்!'

'ஆனந்த், லெட்ஸ் பீட் இட்!''

'எப்படி?'

'லாரி டிரைவர் தன் அருகில் வர, மீரா பதட்டம் காட்டாமல் இருந்தாள். 'என்ன சொல்ற கண்ணு! அவங்க வயக்காட்டுப் பக்கம் போய் வரட்டும்!'

மீரா, 'அய்யா, உங்க பேர் என்ன?' என்றாள்.

'சுப்பையா!'

'மிஸ்டர் சுப்பையா, கொஞ்சம் தனியா வர்றீங்களா?'

'தாராளமா.'

இருவரும் மரத்தருகில் சென்று மறைவதை ஆனந்த் கலவரத்துடன் பார்த்தான். சற்று நேரம் இருவரையும் காணவில்லை. பதற்றப்பட்டு மரத்தருகே சென்றபோது மீரா, 'அதான் விஷயம்' என்று முடிக்கும் தருவாயில் இருந்தாள். 'எலிகாப்டர் கூட வரப்போவுது!'

லாரி ஓட்டுநர் சுப்பையாவுக்கு ஒரு டாட்டா மெர்ஸிடிஸ் லாரியின் ஐந்து கியர்களுக்கு அப்பால் அறிவின் வீச்சு கம்மி என்பது தெரிந்தது. மீரா என்ன சொன்னாள் என்பது தெரியாத நிலையில் சுப்பையா தன்னை மரியாதையுடன் பார்ப்பது ஆச்சரியமாக இருந்தது. 'அய்யா வணக்கங்க. நீங்க இப்பேற்

பட்டவர்னு தெரியாமப் போயிருச்சு. மன்னிச்சுக்குங்க. ஏறிக் கங்க. உங்களை காட்பாடியண்டை கொண்டுபோய் நிறுத்திர் றேன். உங்க மாதிரி ஆளுங்களுக்கு உதவி செய்யறதில் எனக்குப் பெருமை.'

'வாட் டிட் யு டெல் ஹிம்?'

'லேட்டர் லேட்டர்' என்றாள்.

இப்போது இரு க்ளீனர்களும் பின்னால் அனுப்பப்பட்டு மீராவும் ஆனந்தும் செளகரியமாகவே உட்கார்ந்துகொள்ள, மீரா எதையோ மென்றுகொண்டு பாடிக்கொண்டு லாரி டிரைவரை, 'அண்ணே, நான் உங்களை 'சுப்பு'ன்னு கூப்பிடலாமா!'

'கூப்பிடு தங்கச்சி! பங்களூர் வந்தீங்கன்னா சாம்ராஜபேட்டையில் நீட்டமா லாரி நிறுத்தியிருக்கும். வெற்றிவேல் ஆபீஸ்னு யாரைக் கேட்டாலும் சொல்வாங்க!'

'பம்பாய் போய்ட்டு புதன்கிழமை திரும்பிர்றீங்க!'

'ஆமாம் கண்ணு.'

'நிச்சயம் வந்து பார்க்கறோம்! அப்றம் நான் சொன்னது...'

'மூச்சு விடுவேனா! என்னைத் தெரியாதா உனக்கு? தேச சேவை வேற!'

ஆனந்த் தன் மனைவியை ஆச்சரியத்துடன் பார்த்தான்.

ராணிப்பேட்டை தாண்டி காட்பாடி அருகில் ஊருக்குள் நுழையாமல் ஜங்ஷன் அருகிலேயே லாரியை நிறுத்தி, 'அப்ப நான் வரட்டுங்களா?' என்று சுப்பையா ஆனந்தை வணங்கி, 'உங்க முயற்சிகள் வெற்றி பெறட்டும்னு வாழ்த்தறேங்க. எப்ப வந்தாலும் சுப்பையாவை மறக்காம சந்திக்க வரணும். என்ன கண்ணு?'

லாரி சென்றதும்தான் மீரா தன்னையே பார்த்துக் கொண்டிருப் பதை உணர்ந்தான். 'சிம்பிள் மேன்!' என்றாள்.

'நீ என்ன சொன்னே அவன்கிட்ட?'

'கெஸ்?' என்றாள் புன்னகையுடன்! 'பேக்கு மாதிரி என்னை அவன்கிட்ட கயிற்றுக் கட்டில்ல விட்டுட்டு கரும்புக் காட்டுக்கு போவீங்களா? என்ன கணவன் நீங்க...'

‘குழப்பத்தில் இருந்தேன் மீரா. அப்றம் எனக்கு சண்டை எல்லாம் போட்டுப் பயிற்சி இல்லை!’

‘சண்டையும் போடமாட்டீங்க. மண்டைலயும் ஒண்ணும் இல்லை. எப்ப எது கேட்டாலும், ‘கட்டிண்டு படுத்துக்கலாம். ஜன்னலை சாத்தலாம்’ இதைத்தான் கல்யாணம் ஆனதிலிருந்து பேசியிருக்கீங்க!’

‘தட வாஸ் ஹார்ஷ் மீரா. நான் இருக்கிற குழப்பத்தில் வெந்த புண்ணில வேல் பாச்சற! சரி, நீ என்ன சொன்ன?’

‘நீங்க ஒரு ரகசிய போலீஸ் ஐ.பி.எஸ். ஆபீசர், கன் வெச்சி ருக்கீங்க. ரெண்டு தீவிரவாதிங்க பிருந்தாவன்லருந்து குதிச்சாங்க. அவங்களைத் தேடிண்டு துரத்திண்டு வந்திருக்கோம்னு சொன்னேன். ஆள் அத்தனை பெரிய மீசை வெச்சிருந்தாலும் ஆதாரமா முட்டாள்!’

‘எப்படிக் கண்டுபிடிச்சே!’

‘சமீபகாலமா முட்டாள்களைக் கண்டுபிடிக்கறது சுலபமா இருக்கு!’

ஆனந்த், மீராவை முறைத்து ‘உன்கிட்ட நான் பேசப் போறதில்லை இனிமே!’ என்றான்.

‘சரி! இப்ப எங்க போகலாம் ஆசை மச்சான்!’

காட்பாடி ஜங்ஷனில் நுழைந்தார்கள். ‘சார், பங்களூருக்கு அடுத்த வண்டி எப்பங்க!’

‘பிருந்தாவன் போயிருச்சுங்களே?’

‘தெரியுங்க. அடுத்தது...’

‘ஒண்ணு செய்யுங்க, ஜோலார்பேட்டை பாஸஞ்சர் ஒண்ணு போவுது. அதுல போய் இறங்கிட்டு அங்கிருந்து பங்களூருக்கு ஏகப்பட்ட வண்டிங்க, அடுத்தடுத்து போய்க்கிட்டே இருக்கும்.’

‘இங்கிருந்து டெலிபோன் பண்ணலாங்களா?’

‘இது ரெயில்வே சானல் மைக்ரோவேவ்! நேராப் போனீங்கன்னா எதிர்த்தாப்பல அருணான்னு ஒரு ஓட்டல்ல போன் இருக்கு. பாதி நாள் வேலை செய்யாது. ட்ரை யுவர் லக்.’

இருவரும் காட்பாடியின் முதல் ப்ளாட்பாரத்தின் வெறிச்சில் வந்து நின்றார்கள். மீரா முதல் வகுப்பு வெயிட்டிங் ரூமில் நுழைந்தாள். அதில் எண்ணெய்க் கறையுடன் ஒரு ஈஸி சேர் இருந்தது. அதில் எப்படி உட்கார்வது என்று யோசித்துக் கொண்டிருந்தாள். ஆனந்த் வெஜிட்டேரியன் ரிஃப்ரஷ்மெண்ட் ரூமில் நேற்றைய பூரி மசாலா இரண்டு பொட்டலம் வாங்கி வந்தான். அதை அவசரமாகப் பிரித்துச் சாப்பிட்டாள்.

'அப்பாடா. இப்பத்தான் பசி போச்சு! உக்காருங்க, துப்பறியும் ஆனந்த் அவர்களே!'

'கொஞ்சம் இரு. இன்னொரு தம்ளர் ஜலம் எடுத்துண்டு வரேன்' என்று ஆனந்த் வெளியே வந்தவன் அடுத்த அறையில் டெலிபிரிண்டர் உயிர்பெறும் சப்தம் கேட்டான். ப்ளாட்பாரத் தின் மேம்பாலத்தருகில் தூரத்தில் இரண்டு போலீஸ் அதிகாரிகள் ஒரு ரயில்வே அதிகாரியுடன் ஏதோ கேட்டுக் கொண்டிருக்க, அவர் வெயிட்டிங் ரூம், அதாவது இவர்கள் இருந்த அறைப் பக்கம் சுட்டிக் காட்டினார். போலீஸ் அதிகாரிகள் வந்தனம் சொல்லிவிட்டு இவர்களை நோக்கி சுறுசுறுப்பாக நடந்து வருவதைப் பார்த்ததும் ஆனந்த் சட்டென்று உள்ளே வந்தான். 'மீரா கிளம்பு, கிளம்பு' என்றான். அவள் நிம்மதியாக சாய்வு நாற்காலியில் தூங்கிக்கொண்டிருக்க, அருகில் சென்று அவளை உலுக்கி, 'எழுந்திரு மீரா எழுந்திரு!'

அவள் திடுக்கிட்டு விழித்து, 'என்னவாம்' என்றாள்.

'போலீஸ் நம்மை நோக்கி வர்றது...'

'சரி!'

'என்ன சரி? வா! ஓடிரலாம்! எழுந்திரு சீக்கிரம்!'

மீரா, 'நோ! நான் இங்கதான் இருக்கப் போறேன். அவங்க வரட்டும்!' என்றாள்.

7

மீரா பிடிவாதமாக, 'என்னதான் ஆறதுன்னு பார்த்து ரலாமே, அவர் எதுக்காக உங்களைத் தொரத்த றார்ன்னு தெரிஞ்சுக்கலாமே?'

'அது என்னவோ சரியாச் சொல்லலை மீரா. ஆனா இந்தச் சமயத்தில என்னை ஆள்மாறாட்டம் பண்ணி அழைச்சுண்டு போய்ட்டா, அதுக்கு மேல நீ என்ன செய்ய முடியும் சொல்லு. அதுக்காகத்தான் கொஞ்ச நாளைக்கு...'

அவர்கள் மறுபடியும் ஓட்டத்தைத் தொடரத் தீர்மானித்தாலும் அதற்கு அவகாசம் இல்லாதபடி அந்த இரண்டு போலீஸ் அதிகாரிகளும் வெயிட்டிங் அறையில் நுழைந்தனர். இவர்கள் உட்கார்ந்திருந்த தைப் பார்த்து அவர்களை நோக்கி வர ஆனந்தின் இதயம் தன் கூண்டை மீறித் துடித்தது. அவர்களைக் கடந்து அடுத்த பெஞ்சில் உட்கார்ந்துகொண்ட இருவரும் தத்தம் தொப்பிகளைக் கழற்றி மேஜை மேல் வைத்து தத்தம் பிரம்புகளை அத்தொப்பிக ளுக்குத் துணையாக வைத்துவிட்டு, 'இந்த வி.ஐ.பி. டூட்டியே ரோதனைங்க தனபால்' என்றார். ஆனந்த் நெஞ்சைப் பிடித்து 'அப்பாடா' என்றான்.

'எப்ப வீட்டை விட்டுக் கிளம்பினீங்க?'

'நேற்று ராத்திரி. இன்னும் ஒரு புல் மீல்ஸ் சாப்பிடலை. அங்கங்க உப்புமா, டபுள் ரொட்டி இப்படித்தான். நீங்க?'

'நானும் அதே கேஸ்தான். புதுப் பொண்டாட்டி வேற, போலீஸ் வேலை இப்படின்னு தெரிஞ்சா எங்கப்பா கல்யாணமே கட்டிக்கொடுத்திருக்க மாட்டாங்கன்னு முனகறா' என்று முதல் தடவையாக ஆனந்தைப் பார்த்தார்.

'சார், நீங்க புதுசாக் கல்யாணம் ஆனவங்க போலிருக்கே?'

'ஆ... ஆமாம்' என்றான் ஆனந்த் பயம் விலகினவனாக.

'போலீஸ் இல்லையே?'

'இ... இல்லை.'

'எதுவரைக்கும் போறாப்பல?'

'காட்பாடி... இல்ல... இங்கிருந்து ஜோலார்பேட் போய் பங்களூர்...'

'பிருந்தாவனை விட்டுட்டீங்களா?'

'ஆமாங்க.'

'நாங்க எதுத்த பக்கம் போறம். கவர்னர் வராரு. வி.ஐ.பி. டூட்டி.'

'அப்படீங்களா.'

ஜோலார்பேட்டை பாசஞ்சர் வரும்வரை மீரா அவனையே உற்றுப் பார்த்துக்கொண்டிருந்தாள்.

'என்ன அப்படிப் பார்க்கறே?'

'உங்களை நிறையக் கேக்கணும்.'

'எல்லாம் பங்களூர் போய் வெஸ்ட்எண்ட்ல.'

ஆனந்துக்கு அந்த சாத்தியம் கொஞ்சம் உற்சாகம் அளித்தது.

'ஆஃப்ட்டர் ஆல்...'

'முதல்ல பங்களூர் போய்ச் சேருவோமான்னு இருக்கு இப்ப. எக்ஸ்பிரஸ், ரயில், லாரி, பாசஞ்சர், அப்புறம் என்ன எல்லாம் வாகன பாக்கியமோ, ஹெலிகாப்டரா? இவாளை வேணாக் கேட்டுப் பார்க்கலாமா?'

'வேண்டாம்' என்றான் குரலைத் தழைத்துக்கொண்டு, 'இவா வேற டூட்டி, சம்பந்தமே இல்லாதவா. இவாளைப் போய் சந்தேகம் கேக்க எதாவது டிட்டென்ஷன்னு ஆரம்பிப்பாங்க.'

அப்போது ரெயில்வே நிலையத்தில் டெலிபிரிண்டர் செய்தி ஒன்று அந்த போலீஸ் அதிகாரிகளிடம் ரெயில்வே சிப்பந்தியால் அளிக்கப்பட்டது. 'இப்பதாங்க வந்தது.'

ஆனந்த் கடைக்கண்ணால் பார்த்தபோது அந்த செய்தியில் சில வாசகங்கள் தெரியும்போல இருந்தாலும் கவனிக்காதவன்போல காதுகளை மட்டும் நீட்டிக்கொண்டு காத்திருந்தான்.

'என்னங்க?'

'யாரோ ஒரு கிரிமினலை பிருந்தாவன்ல அரஸ்ட் பண்ணப் பாத்திருக்காங்க. அதுக்குள்ள தப்பிச்சுப்போயிருக்கானாம்.'

'பிருந்தாவன் போயிருச்சுங்களே.'

'ப்ரஸ்யும், காட் டவுன் ப்ரம் பிருந்தாவன் இன் காட்பாடி' என்று போட்டிருக்கு. இன்னேரம் எங்க போயிருப்பாங்க? எப்பவும் மெஸேஜ் லேட்டு சார். நாங்க வி.ஐ.பி. டூட்டியில் வந்திருக்கோம். கவர்னர் வரரில்லை.'

'எதாவது கலாட்டா ஆவப்போவுதுங்களா?'

'இருக்கலாம். இதை பார்த்தா சி.பி.ஐ. கேஸ் மாதிரி தோணுது.'

'அப்படிங்களா. நாட்டில வயலன்ஸ் ஜாஸ்தி ஆயிருச்சுங்க. இப்படித்தாங்க திருப்பத்தூர்ல வெடிவச்சு ஒரு...'

ஆனந்த் எழுந்து வெளியே வந்தான். பாசஞ்சர் களைத்துப்போய் வந்து பெருமூச்சு விட்டு நின்றது. ஆனந்த் கார்டு வண்டிப் பக்கம் கூட்டமில்லாத கம்பார்ட்மெண்ட்டைத் தேடினான். எல்லாமே அடைத்திருந்தது.

'உக்கார இடம் கெடைக்காது போல இருக்கு. மீரா நீ வேணா லேடீஸ் கம்பார்ட்மெண்ட் போயிர்றியா?'

'அய்யோ நான் மாட்டேம்பா. நீங்க பாட்டுக்கு நடுவில எதாவது ஸ்டேஷன்ல எறங்கிப் போயிடுவேள். என்ன ஸ்டேஷன்னு கூடத் தெரியாம போயிடும். உங்களை விடமுடியாது. விடக்கூடாது.'

அவர்கள் இருவரும் ஏறி நின்றுகொள்ளத்தான் பாத்ரூம் அருகில் இடம் கிடைத்தது.

'அடுத்த ஸ்டேஷன்ல அம்புட்டும் காலியாயிரும். முருகன் கோவில் ஒண்ணு விசேஷங்க இங்க. திருவிழா. வாரியாரு, ராதா செயலட்சுமின்னு தினம் நிகழ்ச்சிங்க நடக்கறது. நீங்களும் அங்கத்தான் போறீங்களா?'

'இல்லைங்க.'

'எங்க பின்ன?'

'பங்களூர்.'

'அப்படியா. பெங்களூர் போவுதா என்ன இது?'

'ஜோலார்பேட்டதான் போறது.'

'அம்மா நீங்க உக்காருங்க' என்று ஒரு ஆசாமி கருணையுடன் இடம் விட மீராவுக்கு ஒரு ஒட்டு கிடைத்தது. அருகே ஒருவன் முழந்தாள் இட்டுக்கொண்டு பீடி ஊதிக்கொண்டிருந்தான். அது அவள் தலை மயிர் வழியாகப் புகைந்தது. குழந்தைகளும் செவ்வந்திப்பூ அணிந்த பெண் மக்களும் ஏகப்பட்ட எண்ணெய் தடவி அழுந்த வாரி பூப்பூவாக தாவணி அணிந்து கையில் ஆளுக்கொரு குழந்தை வைத்திருந்த இளம் பெண்களும் நிறைந்திருந்த அந்த கம்பார்ட்மெண்ட்டில் மீரா தனித்து, வேறு கிரகப் பிரஜை போலத் தெரிந்தாள்.

'பெங்களூர் போன உடனே மாமாவுக்கு போன் பண்ணி இந்த மேட்டரை தீர்த்துட்டுத்தான் மறு காரியம்' என்றான்.

மீரா சுவாரஸ்யமில்லாமல் 'எந்த மேட்டர்' என்றாள்.

'என்னை ஏன் இப்படி துரத்தறாங்கன்னு.'

'ஓடறீங்க... துரத்தறா!'

'அப்டி இல்லை மீரா. உனக்கு எப்படிச் சொல்றது...'

'சொல்லவேண்டாம். முதல் காரியமா இந்த பாஸஞ்சர் வண்டியை விட்டு இறங்கலாம். ஒரே வேப்பெண்ணெய் நாத்தம்.'

'கிராமத்து ஜனங்கன்னா அப்படித்தான் இருக்கும்.'

'எனக்கு இப்படி பீடியை மூஞ்சிலயே ஊதிப் பழக்கமில்லைப்பா. இன்னும் என்ன என்ன பாக்கியிருக்கோன்னு பயமா இருக்கு.'

'ட்ரை டு அண்டர்ஸ்டாண்ட் மீரா!' என்று வெறுப்புடன் சொன்னான்.

'ஐ டோண்ட் அண்டர்ஸ்டாண்ட் அட் ஆல்!'

'இல்வாழ்க்கைன்னா அப்படித்தாம்மா இருக்கும். சண்டை புடிச்சுக்காதிங்க' என்றார் ஒரு வாலண்டியர். வாணியம்பாடியில் தமிழ் வாத்தியார் போலும்.

'ஜோலார்பேட்டை பாசஞ்சர்ல உபதேசம் கேக்கணும்னு என் தலையில் எழுதியிருக்கு பாருங்கோ!'

'ரொம்பத்தான் அலட்டிக்காதே. நான் பட்ட கஷ்டம் தெரியாம...'

'நான் அலட்டறேனா! வேகு வேகுன்னு உங்க பின்னாலயே மேரி அண்ட் தி லிட்டில் லாம்ப் போல வந்துண்டிருக்கேன்...'

'சரி சரி.'

ஜோலார்பேட்டைக்கு வந்ததும்தான் அந்தக் கூட்டம் முழுவதும் விலகியது. இருவரும் கிழிந்த நாராக இறங்கினார்கள். 'முதல்ல பாத்ரூம் போகணும். அதுக்கப்புறம் ஏதாவது திங்கணும்' என்றாள்.

காலையிலிருந்து தொடர்ச்சியாக ஏற்பட்ட பலதரப்பட்ட அனுபவங்களில் அவளது நளின நாசூக்குகள் பல கழன்று போயிருந்தன. பாத்ரூம் வாசலில் அவளுக்காகக் காத்திருந்தான்.

'ஒரு புடைவை இல்லை. சேஞ்சு பண்ணிக்கத் துணி இல்லை. பொட்டி இல்லை. படுக்கை இல்லை...'

'எல்லாம் பங்களூர் போனப்புறம் சரியாப் போயிடும்.'

'ஏதோ வீட்ட விட்டு ஓடி வந்தவா போல...'

'கொஞ்சம் பொறுத்துக்கோ கண்ணு. இந்தா, பூரிக் கிழங்கும் வடையும் வாங்கிண்டு வந்திருக்கேன்!'

வடையை ஆவலுடன் கடித்தவள் பாதியில் நிறுத்தி அவனிடம் கொடுத்தாள். 'ம்ஹூம். வேண்டாம்பா. எந்த யுகத்தில பண்ணியதோ. ஊசிப்போய்... நாய்கூடத் திங்காது.'

‘எதுக்கெடுத்தாலும் குறை சொன்னா எப்படி?’

‘குறை இல்லை. இந்த வடையை நீங்களே சாப்ட்டுப் பாருங்கோ.’

‘என்னை நாய்னு சொல்றியா?’

‘ரெண்டு பேரும் நாய்’ என்றாள். ‘அப்படித்தான் ஓடறோம். ‘அங்காடி நாய் போல’ன்னு பாட்டி சொல்லுவா!’ மறுபடி பாட்டி!

மீரா சிரிக்க ஆரம்பித்தவள், ஆனந்த் அவளையே பார்த்துக் கொண்டிருக்க, ஒரு நிமிஷம் சிரித்தாள்.

‘இட்ஸ் நாட் ஃபன்னி.’

‘இட் இஸ் ஃபர் மி. அடுத்த பாசஞ்சர் எப்பன்னு விசாரிக்கலாம்’ என்று மறுபடி சிரிக்க, ‘உன்னை அப்படியே கன்னத்தில் அறையலாம் போல வர்றது.’

‘அதையும் செய்து பார்த்துடவேண்டியதுதானே? கல்யாணம் ஆயி மூணு நாள் ஆயிடுத்தே!’

ஆனந்த் சுதாரித்துக்கொண்டு ‘ஸாரி’ என்றான்.

கர்னாடகா எக்ஸ்பிரஸ் என்றைக்கோ டில்லியில் புறப்பட்டது லேட்டாக நாயடி பட்டு வந்தது. சௌகரியமாக இருந்தது. அதில் ஏறிக்கொண்டு பங்களூர் ராத்திரி எட்டரை மணிக்குத்தான் போய்ச் சேர்ந்தார்கள்.

ஆட்டோ கிடைத்து வெஸ்ட்எண்ட் ஓட்டலுக்கு வந்தபோது மணி ஒன்பது. களைத்து, இளைத்து, வெஸ்ட்எண்ட் ஓட்டல் சிப்பந்திகள் பலர் அவர்களைத் திரும்பிப் பார்க்கும் அளவுக்கு அழுக்காக ரிசப்ஷனுக்குப் போய் ‘மை நேம் இஸ் ஆனந்த். ஐ ஹவ் எ ரிசர்வேஷன் ஹியர்.’

அந்த பெண்மணி ஒருமுறை மீராவைப் பார்த்து, ‘ஒன் மினிட் மிஸ்டர் ஆனந்த்’ என்றாள். ‘ஓ. எஸ். வெடிங் ஸ்வீட் நம்பர் எய்ட். ஹேவ் எ நைஸ் டைம். டோண்ட் யூ ஹேவ் எனி லக்கேஜ்?’

‘லக்கேஜ் இஸ் கமிங். யூ ஸீ, இட்ஸ் லைக் திஸ்...’

‘யு டோண்ட் ஹவ் டு எக்ஸ்ப்ளெய்ன் மிஸ்டர் ஆனந்த்.’

'என்ன, ரூம் கொடுக்கறாளாமா, இல்லையா?'

'எல்லாம் ரிசர்வ் ஆகியிருக்கு.'

'இப்ப கடை திறந்திருக்குமான்னு கேளுங்கோ!'

'என்ன கடை?'

'துணிக்கடைதான்.'

'அதெல்லாம் அப்பறம் விசாரிச்சுக்கலாம் மீரா. முதல்ல ரூமைப் பார்ப்போம்.'

பெரிதாக முன்னறையும் பின்னறையும், மாடிப்படிகூட இருந்து சின்னதாக படுக்கைக்கு அழைத்துச் சென்றது.

'ரூமா, வீடா இது?'

'மாமா ரிசர்வ் பண்ணியிருக்கார் பாரு' என்றான் பெருமையுடன்.

டெலிவிஷனைப் போட்டுப் பார்த்தான். 'இங்கிலீஷ் படம். என்ன வேணும் உனக்கு?'

'முதல்ல கட்டிக்க துணி.'

'முதல்ல கட்டிக்கணும். அப்பறம்தான் கட்டிக்க துணி' என்று சிரித்தான்.

'ஆரம்பிச்சாச்சா?'

'எல்லாம் கார்த்தாலை பார்த்துக்கலாம்' என்று அவளை இடுப்பில் கட்டி மெத்தென்று சயனத்தில் வீழ்த்தினான். 'இப்பப் பாரு முதல்ல சூப் சாப்பிடணும் உன் காதை...'

'ஆவ். வலிக்கிறதுன்னா...'

'வ்வலி...ட்டும்.'

'சாப்பிட வேண்டாமா? எதாவது ஆர்டர் பண்ணுங்களேன். பூல் சைடு, கீல் சைடுன்னு என்னவோ போட்டிருக்கே.'

டெலிபோன் மணி அடித்தது.

இருவரும் ஸ்தம்பித்துபோய் உட்கார, 'யாரு டெலிபோன் பண்ணுறா இந்த வேளையில?'

அதை மெதுவாக எடுத்து காதில் வைத்துக்கொண்டு, 'ஆனந்த் ஹியர்!' என்றான் நடுக்கத்துடன்.

'என்னடா ஆனந்தா, உன்னை எங்கல்லாம் தேடறது. பிருந்தாவன்ல வரலை நீ?'

'ராஜு மாமா, வயிற்றில் பால் வார்த்தீங்க. அய்யோ, ஏன் கேக்கறீங்க! நாயடி பட்டு வந்திருக்கோம்...'

'என்ன விஷயம் சொல்லு.'

'மாமா, அது ஒரு சோகக் கதை. என்னை போலீஸ்...' வாங்கியத்தை முடிப்பதற்குள் டெலிபோன் வெட்டுப்பட்டது

8

வெட்டுப்பட்ட டெலிபோனை ஒரு கணம் பார்த்துக் கொண்டிருந்துவிட்டு 'கட்டாயிடுத்து' என்று சொல்லி அசட்டுத்தனமாக தன் மனைவியைப் பார்த்தான். அவள் இத்தனை அலைச்சலையும் மீறி அழகாக இருந்தாள். ரவிக்கையில் தையல் பிரிந்த இடத்தை ஆராய்ந்துவிட்டு தன் தாலியிலிருந்து பின் எடுத்து அதை திருத்திவிட்டு ஒரு முறை சேலையைத் தளர்த்தி வீசிக்கொண்டது, ஆனந்தை ஹோவர் கிராப்ட் மாதிரி நிலத்துக்கு இரண்டடி மேலே தூக்கியது. 'வா கண்ணு, வந்துரு படுத்துக்கலாம்' என்றான்.

'உங்ககிட்ட ரெண்டே ரெண்டு வார்த்தை! படுத்துக்கலாம். இல்லை, ஓடலாம்.'

'என்ன மீரா, இப்படிச் சொல்றே.'

'துணியில்லாம தவிக்கறாளே மனைவி, மாற்றுப் புடைவை வாங்கித் தருவோம், ஊரச் சுத்திக் காட்டுவோம். இல்லை ஏதாவது ரெஸ்டாரண்டுக்கு அழைச்சுண்டு போவோம்னு ஏதாவது உண்டா?'

'இப்ப இந்த ஓட்டல்லயே பிரமாதமா ரெஸ்டா ரண்ட் இருக்கு கண்ணு. அங்க போகலாம்.'

'இந்தக் கிழிச ரவிக்கையோடயா?'

'பாரு, பங்களூர்ல ராத்திரி பத்தரை மணிக்கு யாருக்கும் ரவிக்கை வாங்கிக் கொடுத்த பழக்கம் இல்லை!'

'அதே மாதிரி பழக்கமில்லைன்னு நான் எத்தனையோ சொல்லலாம். பிருந்தாவன்லருந்து குதிச்சுப் பழக்கமில்லை. ஜோலார்பேட்டை பாசஞ்சர்ல பாத்ரூம் பக்கத்தில நின்னுண்டு பிரயாணம் செய்து பழக்கமில்லை.'

'சரி சரி, ரூம் சர்வீஸ் ஆர்டர் கொடுத்துரலாமா?'

'ரூமும் வேண்டாம். சர்வீஸூம் வேண்டாம். கிளம்புங்கோ, நான் போர்த்திண்டு வரேன்' என்றாள்.

இருவரும் வெஸ்ட்எண்டின் நீச்சல் குளத்தருகில் வந்தனர். அங்கே பிரம்பு நாற்காலி போட்டு பலபேர் உட்கார்ந்து சாப்பிட்டுக் கொண்டிருக்க அருகே மேற்கத்திய சங்கீத வாத்திய கோஷ்டி ஒன்று பேஸ் கித்தார், லீட் கித்தார், ஸின்த் என்று இரைச்சலான விரயமான பாட்டுக்கு நீரில் விளக்குகளின் தலைகீழ் பிம்பங்கள் மட்டும் நடனமாடிக்கொண்டிருந்தன. மீராவும் ஆனந்தும் காரிடார் அருகில் வந்து உட்கார்ந்து கொண்டார்கள். வெயிட்டர்கள் அவர்களைக் கவனிப்பதற்கு முன் அவர்களின் உபதலைவர்களில் ஒருத்தன் 'ஹவ் ஸம் திங் டு ட்ரிங்க் ஸர்?'

'ஓ எஸ் ஆரஞ்ச் ஜூஸ். மீரா உனக்கு.'

'ட்ரிங்க் ஃபர் யூ மாட்டம்?'

'இளனி இருக்குமா கேளுங்கோ?'

'இளனியா' என்றான் வியப்புடன்.

'ஆமா இளனி.'

'பார்டன் மி' என்றான் அந்த சிப்பந்தி வாழ்நாளிலேயே அந்த வார்த்தையைக் கேட்டதில்லை போல. தமிழன்தான்!

'கோகோநட் வாட்டர்!'

'எனி ப்ராப்ளம்' என்று மற்றொரு தலை வெயிட்டர் வர இருவரும் கோகோநட் வாட்டரை சர்ச்சித்துக் கொண்டிருக்கும் போது ஒரு ஆசாமி அவர்கள் எதிரே இருந்த பிரம்பு நாற்காலியில் உட்கார்ந்துகொண்டான்.

'என்ன மீமி?'

'என்னை மீமின்னு கூப்டாதிங்கோ. அது ஒண்ணு. ரெண்டாவது, எதுத்தாப்பல இருக்கற ஆளை எங்கயோ பார்த்தமாதிரி இருக்கு.'

ஆனந்த் திரும்ப, அவன் இவர்கள் பக்கம் பார்க்காமல் ஒரு கிளாஸ் பியரை யோசித்துக்கொண்டிருந்தான்.

'உனக்கு யாரைப் பார்த்தாலும் அப்படித்தான் தோணும்.'

தலை வெயிட்டர், 'எஸ் மாடம், வி கன் கெட் யூ கோகோநட் வாட்டர்' என்றான் வெற்றிகரமாக.

'இங்கெல்லாம் போயி எளனி கேப்பாளா!'

'பாட்டி, எங்க போனாலும் எளனி சாப்பிடு; உடம்புக்கு ஒண்ணும் பண்ணாதுன்னு சொல்லியிருக்கா.'

'ஏற்கெனவே அவங்கள்ளாம் நம்மைப் பிச்சைக்காரங்களைப் பார்க்கற மாதிரி பார்க்கறா.'

'அப்படி யாரும் பார்க்கலை. இப்பவாவது சொல்லுங்கோ. எதுக்காக உங்களை போலீஸ் துரத்தறா, எதுக்காக மூச்சு இறைக்கிற மாதிரி ஓட்டம்!'

'எதுக்காகன்னு தெரியலை மீரா. என்னவோ பிரசுரம்னான்; ரைஃபிள்னான்; சகாக்கள்னான்!'

'யாரு?'

'பிருந்தாவன் எக்ஸ்பிரஸ்ல இன்ஸ்பெக்டர்.'

'அப்போது நீல உடை சிப்பந்தி ஒருவன் கரும்பலகையில் சாக்கட்டியில் மிஸ்டர் ஆனந்த் என்று எழுதி அதனுடன் குஞ்சலம் போல தொங்கிய மணி ஒலிக்க கூட்டத்தின் ஊடே நடந்து சென்று அவர்களை அணுகி 'ஆர் யூ மிஸ்டர் ஆனந்த், சார்' என்றான்.

'ஆமா எஸ் எஸ்!'

'போன் கால் பார் யு சார்!'

'மாமாவாத்தான் இருக்கும். நீ இளனி சாப்பிட்டுண்டு இரு. நான் வரேன்' என்று சென்றான்.

மீரா தனியாக சுற்றுச் சூழலை மெல்லப் பார்வையால் வருடினாள். இந்தப் பக்கம் ஷிபான் சேலை அணிந்த நடுத்தர வயதுப் பெண்ணரசி விரலிடுக்கில் சிகரெட் வைத்துக்கொண்டு லேசாக விஸ்கியோ என்னவோ சப்பிக்கொண்டிருந்தாள். வெள்ளைக் காரர்கள் அரை டிராயரில் நடந்தார்கள். இந்த ராத்திரி வேளையிலும் நீச்சல் குளத்தில் ஒரு வெள்ளைக்காரி நீந்திக் கொண்டிருந்ததை சிலர் ரசித்துக்கொண்டிருந்தார்கள். 'என்ன இது, போனவர் வரவேயில்லை' என்று நிமிர்ந்தபோது பக்கத்தில் இந்த ஆசாமி நின்றுகொண்டிருந்தான். மப்டியில் இருந்தாலும், இரண்டாம் கிளாஸ் படிக்கும் குழந்தைகூட போலீஸ்காரன் என்று சொல்லும் ஆகிருதி மீசை.

'போனாரே, அவர் பேர் என்னம்மா?'

'யாரு போனார்? யாரு பேரு? யாரு நீங்க?'

'உங்க எதிர்த்தாப்பல உக்காந்திருந்தாரே அவர் பேர் ஆனந்தா?'

'ஆனந்தா?'

'இல்லை. அவர் ஆனந்த்ன்னா, தேர் இஸ் எ வாரண்ட் ஆஃப் அர்ரஸ்ட் ஃபார் ஹிம்!'

'அப்படியா? இவர் பேரு ஆனந்த் இல்லை. மோகன், மோகன்.'

'எப்படிச் சொல்றீங்க?'

'அவர் என் கணவரா இருக்கிறதால. பேரு நல்லாவே தெரியும்!'

'டெலிபோன் பண்ணப் போயிருக்காரா அவர்.'

'ஆமா, பேசப் போயிருக்காரு. வந்ததும் விசாரிக்கலாம்.'

சரி என்று அவர் சொல்லி முடிப்பதற்குள் ஆனந்த் போன் பண்ணி விட்டுத் திரும்ப வந்தான். 'மாமாதான்! கட் ஆயிடுத்தோல் லியோ. அவர்கிட்ட எல்லா விவரமும்... சார் யாரு?'

மீரா அவசரமாக 'மோகன்! மீட் இன்ஸ்பெக்டர்... சார் உங்க பேரு?'

'சோமண்ணா.'

'ஆனந்த்துன்னு யாரையோ தேடிக்கிட்டு இருக்காரு.'

ஆனந்த் திகைத்துப் பார்க்க, கண்ணைக் கொட்டினாள்.

'ஸாரி மிஸ்டர் மோகன். நீங்கதான் எட்டாம் நம்பர் ரூம்ல தங்கறதா யாரோ ராங் இன்ஃபர்மேஷன் கொடுத்தாங்க. ஐ'ம் லுங்கிங் ஃபர் ஒன் மிஸ்டர் ஆனந்த்! எ நோட்டோரியஸ் க்ரிமினல்!'

'ஆ அப்படியா. அந்தாளு என்ன சார் பண்ணிட்டான்?'

'மெஸேஜ் வந்திருக்கு டமில் நாடு போலீஸ்கிட்டருந்து. வெஸ்ட் எண்ட்ல வந்து தங்கப் போறதா.'

'என்ன செய்தாராம் அவர்' என்றாள் மீரா.

'விவரம் இல்லை. 'உடனே அரஸ்ட் பண்ணி வைக்கவும்'னு. அவங்க வந்து எடுத்துப்பாங்க போல, ஒருவேளை சி.பி.ஐ. கேஸாவும் இருக்கலாம்.'

'இருக்கலாம். நல்லா தேடிப் பாருங்கோ!'

'ஸாரி ஃபர் தி ட்ரபிள்' என்று அந்த ஆசாமி விலகவும், 'மீரா, எப்படி சமாளிச்சுட்டம்மா தாங்க்ஸ்!'

'என்ன எழவு தாங்க்ஸ். நிம்மதியா ஒரு இளனி சாப்பிடக்கூட அவகாசம் இல்லாம, எங்க பார்த்தாலும், எப்பப் பார்த்தாலும் போலீஸ்காரங்க தேடறாங்க. என்னவோ எங்கயோ தப்பாயி டுத்து. இதை முதக்காரியமா தீர்த்து வெக்கறது நல்லது. உங்க மாமா என்ன சொன்னார்?'

'போன் சரியாக் கேக்கலை. நான் ஒண்ணு கேக்க, அவர் ஒண்ணு சொல்லிண்டிருந்தார்.'

'உத்தமம். எதாவது ஆர்டர் பண்ணுங்கோ. இண்டியா மேப் மாதிரி என்னவோ எடுத்துண்டு போறாளே அது என்ன சென்னா பட்டூராவா, ருமாலி ரொட்டியா?'

'இங்கல்லாம் சென்னா பட்டுரா எல்லாம் கெடைக்காது. வெள்ளைக்காரன் ஓட்டல்.'

'வெய்ட்டர், டு யூ ஹாவ் சென்னா பட்டுரா' என்றாள் ஸ்டைலாக.

'ஓ எஸ் மாடம்.'

'பாத்தீங்களா. நம்ம ஊர்ல நம்ம சமாசாரம் கெடைக்கலைன்னா எப்படி? வெள்ளைக்காரன்கூட அதையே சாப்படறான். என்ன கண்ணு விரியறது? ஸ்விம்மிங் பூலா?'

'எப்படிக் குதிக்கிறா பாரு மீரா. உனக்கு நீஞ்சத் தெரியுமா?'

'பாட்டி வந்து...'

'பாரு பாட்டியைப் பத்தி மூணு நாளைக்கு பேச்சே எடுக்க வேண்டாம். சொல்லிட்டேன். உங்க பாட்டியால்தான் எல்லாம் வந்தது!'

'பாட்டி எனக்கு நீஞ்சக் கத்து தந்திருக்கான்னு சொல்ல வந்தேன். அப்ப நாளைக்கு நாம நீஞ்சலாமா? உங்களுக்கு நீச்சல் தெரியுமா?'

'ஹ'

'ஹன்னா?'

'மீன்குஞ்சுகிட்ட போய்க் கேக்கறியே. என் மெடல் எல்லாம் பார்க்கவே இல்லையா நீ?'

'நான் இதுவரைக்கும் உங்களை சரியா மூஞ்சியையே பார்க்கலை! திரும்புங்கோ. திருட்டு முழி இன்னம் போகலையே!'

'மீரா, திருடன் இல்லை மீரா. ஏதோ ஒண்ணு கிடக்க ஒண்ணு எசகு பிசகாப் போய்...'

'இன்னொரு எசகு பிசகு அதோ பாருங்கோ!'

ஓட்டல் பெல் காப்டனுடன் சற்று முன் விலகிச் சென்ற அதே போலீஸ், சாமண்ணாவோ, ராமண்ணாவோ மீண்டும் தோன்ற, இருவரும் மெல்ல, பொதுவாக கூட்டத்தினரைப் பார்வையால் பெருக்க, 'ஆனந்த், இங்க வந்து உக்காருங்கோ' என்றாள். ஆனந்த் இடம் மாறி உட்கார்ந்ததில் ஒரு முழு சைஸ் பூச்செடி அவனை மறைக்குமாறு செய்தாள். 'என்னவோ போற போக்கே சரியாயில்லே... கல்யாணம் ஆன மூணாம் நாள் புருஷனை எலை தழை போடடு மறைக்கணும்னு!'

'என்ன பண்ணலாம்!'

'இப்படியே இருங்கோ, அவா போறவரைக்கும்.'

ஆனந்த் ஏறக்குறைய இலை தழைகளால் மறைக்கப் பெற்றதை பக்கத்து டேபிள் குழந்தை ஆர்வத்துடன் கவனிக்க, அதற்கு சின்னதாக டாட்டா காட்டினான். அவர்கள் அங்கே இங்கே பார்த்துவிட்டு மீண்டும் ஸ்தலத்தை விட்டு விலக.

'போயாச்சு, நீங்க எழுந்திருக்கலாம்.' ஏறக்குறைய தரையி லிருந்து எழுந்து நாற்காலியில் உட்காந்தவன் அப்பாடா என்று மூச்சு விட்டு கையைத் தட்டிக்கொண்டான்.

'தலையெல்லாம் எலை' என்று சிரித்தாள்.

'சிரிக்கற இல்லை. ரூமுக்கு வா. உன்னை என்ன பண்றேன் பாரு!'

'என்ன பண்ணுவீங்க!'

'முதல்ல என்ன பண்ணப் போறேன்னா உன் விரல் இருக்கு பாரு. அதை ஒவ்வொண்ணா சொடக்கு எடுக்கப் போறேன்!'

'அப்பறம்?'

'உன் தாலியைத் தவிர மத்த எல்லாத்தையும்...'

இருவரும் சாப்பிட்டுவிட்டு அறைக்குத் திரும்பும் போது 'ஓஓ ட்ரபிள்' என்றாள் மீரா. இவனைத் தடுத்து நிறுத்தினாள்.

'என்ன மீரா?'

அறை வாசலில் அந்தப் போலீஸ் அதிகாரி வெறுமெனே காத்திருந்தார். யாரோ வரவேண்டும்போல.

மீரா சட்டென்று ஆனந்தை அழைத்துக்கொண்டு இருட்டில் வேறு புறம் சென்றாள்.

'என்ன?'

'இன்னிக்கு ராத்திரி வரைக்குமாவது உங்களை அரஸ்ட் பண் ணாம பாத்துக்கவேண்டியது என் பொறுப்பு. வாங்க போகலாம்.'

'எங்க மீரா?'

'பின்பக்கமா ஒரு வாசல் இருக்குன்னு நினைக்கிறேன். ரூமுக்கு ரெண்டு சாவி இருக்கே. பார்க்கலாம்.

9

ராஜு மாமா ஏற்பாடு பண்ணியிருந்த ஹனிமூன் ஸ்வீட் ஏறக்குறைய ஒரு வீடு போல இருந்தது. மீரா பால்கனியைக் கடந்து உள்சைடிலிருந்து நுழையக் கூடிய வாசலுக்கு வந்து சாவி போட்டுத் திறந்ததில் அறைக் கதவு திறந்துகொள்ள ஆர்வத்துடன், 'இந்த வழியா நுழைஞ்சுரலாம்' என்றாள். ஒரு பூச்செடியை உடைக்காமல் ஏறிக் குதித்து உள்ளே நுழைகையில் ஆனந்த், 'என்ன ஒரு விதி பார்த்தியா மீரா. நாம ரிசர்வ் பண்ணி நமக்கே நமக்குன்னு இருக்கற ரூம்ல சுவரேறிக் குதிச்சு நுழைய வேண்டியிருக்கு பாரு. அநியாயம்.'

'ஷ்ஷ்ஷ்ஷ்... அவன் இன்னமும் வாசல்ல காத்திண்டு இருக்கான். அவன் போறவரைக்கும் மூச்சு விடக் கூடாது.'

'இல்லை விடல.'

விளக்கு கூடப் போடக் கூடாது. சந்தேகம் வந்துரும். இருக்கிற விளக்கு போதும்' என்றாள்.

இருவரும் படுக்கையில் அருகருகே உட்கார்ந்திருக்க, வெளியே ஜன்னல் கண்ணாடியின் மழுப்பல் மூலம் உள்ளே வந்த வெளிச்சத்தில் மீரா செதுக்கி வைத்ததுபோலத் தோன்றினாள்.

'அப்படியே உன்னைக் கடிச்சு சாப்ட்டு முழுங்கலாம் போல இருக்கு' என்றான் ரகசியமாக.

'அவன் போகட்டும்.'

லேசாக ஜன்னல் கதவைப் பிளந்து காரிடாரில் எட்டிப் பார்த்த போது இன்ஸ்பெக்டர் இன்னமும் தன் வாட்சைப் பார்த்துக் கொண்டு காத்திருந்தது தெரிந்தது.

'கல்லுளிமங்கன். கார்த்தாலை விடியறவரைக்கும் விடமாட்டான் போல இருக்கு.'

'இல்லை. கிளம்பிப் போயிடுவான் பாருங்கோ.'

'அதுவரைக்கும்?'

'பேசாம விரல் போட்டுக்கற பழக்கம் உண்டுண்ணா போட்டுண்டு உக்காருங்கோ' என்று சிரித்தாள்.

'ரொம்ப சத்தாய்க்கறம்மா நீ.'

'பின்ன என்னவாம்? லாரிக்காரங்க கிட்டருந்தும் இன்ஸ்பெக்டர்கள் கிட்டருந்தும் என் கணவனைக் காப்பாத்தணும்னு முன்னாடியே தெரிஞ்சிருந்தா எங்கப்பா இந்தக் கல்யாணத்துக்கு சம்மதிச்சிருக்கவே மாட்டார். நான் என்ன நளாயினியா?'

'போய்ட்டான். போறான் பாரு.'

'போய் ரிசப்ஷன்ல விசாரிப்பான். கொஞ்ச நேரம் காத்திருக்கலாம். அப்பறம்...'

'அப்பறம்?'

'உங்க விஷமத்தை ஆரம்பிக்கலாம். நாளைக்கு முதல் காரியமா நாலஞ்சு காட்டன் சாரி வாங்கிக்கணும். மாத்திக்கப் புடைவை இல்லாம ஹனிமூன் நடத்தறது ரொம்பக் கஷ்டம்!'

அறையிலிருந்து டெலிபோன் அடித்தது. அதை எடுக்கப் போனவனைத் தடுத்து நிறுத்தினாள். 'அவனாத்தான் இருக்கும்' என்றாள். டெலிபோன் பிடிவாதமாக அடித்துக்கொண்டே இருக்க ஆனந்த் நகம் கடிக்க ஆரம்பித்தான்.

அது ஓய்ந்ததும், 'இப்ப சொல்லலாம்' என்றாள்.

'என்னவாம்?'

'உங்களை எதுக்காக போலீஸ் தேடறது? எதுக்காக ஓடறோம்?'

‘மீரா, எனக்கே புரியலை. யாரோ யாரையோ துரத்தறதுக்குப் பதிலா என்னைத் துரத்தறான்னு தோணுது. நான் யார் போலவாவது இருக்கேனா? தீவிரவாதி உக்கிரவாதின்னு நிறையச் சொல்றாளே.’

‘உங்களப் பார்த்தா பிரதிவாதி மாதிரிதான் தெரியறது! ஆனா நீங்க முழுக்க முழுக்க எங்கிட்ட உண்மையைச் சொல்றீங்களான்னு சந்தேகமா இருக்கு.’

‘நீயே நம்பிக்கை வெக்கலைன்னா நான் எப்படிப் பிழைக்க முடியும் கண்ணு.’

‘நாளைக்கு முதல் காரியமா அருகாமைல இருக்கற போலீஸ் ஸ்டேஷனுக்கு போய் இப்படி ஆள் மாறாட்டம் நடந்துடுத்துன்னு சொல்லிடலாம், என்ன! கொஞ்சம் அசௌகரியமா இருக்கும். ஆனா அவா சீக்கிரமே இந்தச் சிக்கலை தீர்த்துருவா. அதாவது நீங்க சொல்றது நிஜம்னா.’

‘சரி. படுத்துக்கலாம். காலையில் முதல் காரியமா...’

‘காட்டன் சாரி.’

‘இல்லை, போலீஸ் ஸ்டேஷன்.’

‘இப்ப கட்டிண்டு படுத்துக்கலாமா?’

‘எனக்கு பல் தேய்க்கணும். ராத்திரி படுக்கப் போறதுக்கு முன்னாடி பல்தேய்க்கணும்னு பாட்டி...’

‘இப்ப நஞ்சன்கூடு பல்பொடி வாங்கிண்டு வரணும்ங்கறியாம்மா? இந்த வேளையில பல் தேய்க்காட்டி பரவால்லை. இது என்ன சங்கிலி? பவழமா இல்லை ஜேடா?’

அவன் இலக்கு அந்தச் சங்கிலி இல்லை என்பது அவளுக்குத் தெரிந்திருந்தாலும் மீரா அந்தப் பாசாங்கை அனுமதித்தாள். ‘இது எங்க ஃபாமிலியில ரொம்ப நாளா இருக்கறதாம். பாட்டி கொடுத்தா போட்டுக்கச் சொல்லி. இதுதான் இதுவரைக்கும் நம்மைக் காப்பாத்தறது.’

‘அப்பறம் இது என்ன?’

‘சொக்கா.’

‘சொக்கான்னுதான் சொல்வியா?’

'ஆமா, எங்காத்தில அதான் வழக்கம். ஏன் கேக்கறீங்க?'

'கழட்டறதுக்குக் கேட்டு வெச்சுண்டேன்.'

'ரொம்ப வெளிச்சமா இருக்கு!'

'பரவால்லை.'

'மெள்ளப் பேசுங்கோ. அடுத்த ரூம்ல கேக்கப் போறது.'

'அடுத்த ரூம் முன்னூறு மைல் தூரம்.'

மீராவைப் படுக்கையில் புரட்டி அவளை வீழ்த்தி முகத்துக்கு முகம் உரசும் நிலைக்கு வந்தபோது அழைப்பு மணி ஒலித்தது. 'என்னடா எழவாப் போச்சு' என்று ஆனந்த் எழுந்திருக்க, யாரோ சாவியை முயற்சிப்பது தெரிந்தது. வெளியே குரல்கள் கேட்டன.

'இஸ் ஸம்படி இன் ஆர் நாட்!' என ஒரு அதட்டல்.

'இல்லை சார். ரிசப்ஷனில் சாவி இல்லை. சாவியை எடுத்துக்கொண்டு போயிருக்கலாம் அல்லது உள்ளே தூங்கிக் கொண்டு இருக்கலாம். சொல்ல முடியாது.'

'மிஸ்டர் மனோஜ், மாஸ்டர் கீ இருக்குமா?'

'லாபி மேனேஜர்கிட்ட இருக்கும்.'

'எடுத்துக்கிட்டு வாங்க. ரூமைத் திறந்து பார்த்துரலாம். எனக்கு என்னவோ ஆசாமி உள்ளே இருக்கறதா தோணுது.'

'சார், இதற்கு அனுமதி கிடையாது. கஸ்டமருடைய ப்ரைவஸி...'

'என்ன பண்ணணுங்கறீங்க. நடுராத்திரியில் மாஜிஸ்ட்ரேட்டைப் பிடிச்சு சர்ச் வாரண்ட் வாங்கிண்டு வரணும்ங்கறீங்களா, என்ன வேணும் சொல்லுங்க.'

'இன்வேஷன் ஆப் ப்ரைவஸிக்கு...'

'மிஸ்டர் மனோஜ், உங்களையும் சேர்த்து அரஸ்ட் பண்ண விரும்பறீங்களா?'

'இல்லை சார்.'

'கெட் தி மாஸ்டர் கீ!'

அனைத்தையும் மௌனமாகக் கேட்டுக்கொண்டிருந்த மீரா, 'நாமளே திறந்துரலாம்' என்றாள் குரலைத் தாழ்த்தி.

ஆனந்த் 'நோ மீரா. நாளைக் காலையிலன்னு தீர்மானிச்சம் இல்லை?'

'இல்லை. இப்பவே அதை முடிச்சுரலாம்.'

'இல்லை மீரா. அவன் என்னதான் நாம சமாதானம் சொன்னாலும் இப்ப ஒப்புத்துப்பானாங்கறது சந்தேகம். ராத்திரி ஜெயில்ல போட்டுட்டா?'

மீரா கலவரமாக, 'அய்யோ, ஜெயில்ல போடுவாளா! அதுவேற பாக்கி இருக்கா?'

'போலீஸ்காரா வேற, ஓட்டல் வெச்சு நடத்துவாளா என்ன!'

'என்ன பண்றது இப்ப. வேற சாவி போட்டு திறந்து வருவான்.'

மீரா கலக்கமாக அவனைப் பார்க்க ஆனந்த் சட்டென்று தீர்மானித்தான்.'

'வா.'

'எங்க.'

'கேள்வி கேக்காம வா. பின் வழியா கிளம்பிப் போயிடலாம்.'

'எங்க.'

'சொல்றேன் வா.'

மாஸ்டர் கீ கொண்டு வந்து திறப்பதற்கு முன்னால் ஆனந்தும் மீராவும் பின்பக்கத்து கதவு வழியாக பூல் சைடு பூங்காவில் வெளிப்பட்டார்கள். ஆர்கெஸ்ட்ரா மிச்சம் மீதாரி ஒன்றிரண்டு வெள்ளைக்காரர்களுக்காக ஒரு சாக்ஸபோன் நம்பரை ஒழுக வைத்துக்கொண்டிருக்க, நீச்சல்குளம் தூங்கிப்போயிருந்தது. வெட்டவெளியில் சென்னா பட்டுரா, சாட் வகைகளைத் தயாரித்துக்கொண்டிருந்த சிப்பந்திகள் வெள்ளைத் தொப்பிகளை கழற்றி வைத்துவிட்டு சிகரெட் பிடித்துக்கொண்டிருக்க ஆனந்தும் மீராவும் குறுக்கே பாய்ந்து ஓடினார்கள். ஒரு ஹாலில் கல்யாணத்துக்கு ரிசப்ஷன் முடிந்துகொண்டிருந்தது. 'பம்பய் ஸே ஆயா மேரே தோஸ்த்'க்கு நடனம் ஆடிக் கொண்டிருந் தார்கள்.

இருவரும் ரேஸ் கோர்ஸ் பக்கம் வெளிப்பட்டார்கள். ஆட்டோ அருகில் வர, 'ஏறிக்கோ!' என்றான் ஆனந்த்.

'இப்ப எங்க?'

'ஏதாவது நல்ல படமா இருக்காப்பா இந்த ஊர்ல?'

'செகண்ட் ஷோக்கா?'

'ஆமாப்பா.'

'கண்டோன்மென்ட் போகணுங்க. மெஜஸ்டிக்கில லாஸ்ட்டு ஏழரை மணிக்குங்க.'

'அங்கதான் போப்பா.'

'என்ன தேட்டருங்க.'

'எதாவது.'

அவன் இருட்டில் திரும்பிப் பார்த்தான்.

இதெல்லாம் பொருட்டாக இல்லை. 'சினிமாவா இப்ப?'

'ஆமாம் மீரா. கொஞ்சம் யோசிக்க சமயம் வேணும்.'

ஆட்டோ குதித்துக்கொண்டு கிளம்ப, 'மீட்டர் மேல ஒண்ணரை ஆவும்!'

'ஆகட்டும்பா, எங்களை ஏதாவது நல்ல ஏஸி தியேட்டர்ல கொண்டுவிட்டாப் போதும். என்ன பாடாவதி படமா இருந்தாலும் சரி.'

'புரியுதுங்க. கல்யாணம் ஆவலையா?'

'ஆயிருச்சுப்பா.'

'வீட்ல சனம் அதிகமா.'

'ஆமாம்! மீரா உனக்கு யாராவது ரிலேஷன் இருக்காளா பங்களூர்ல?'

'இருக்கா. அட்ரஸ்ல்லாம் பொட்டிக்குள்ள இருக்கு.'

'பொட்டி எங்க?'

‘பிருந்தாவன் எக்ஸ்ப்ரஸ்ல விட்டுவிட்டு வந்தமே, ஞாபக மில்லை?’

‘ஓ அப்படியா, ரொம்ப நாளானாப்பல இல்லை! சில வேளைல சிரிப்பாக்கூட இருக்கு.’

‘எனக்கு சிரிப்பா இல்லை’ என்றாள்.

‘ராஜு மாமா ஒரு ஃப்ரெண்டு சொல்லியிருக்கார். முடிஞ்சாப் போய் பார்க்கலாம்னுட்டு, ‘வெப்ஸ் கராஜ்’னு என்னவோ சொன்னார்.’

‘வெப்ஸ் கராஜ் தெரியுங்க. அங்க போயிரலாமா?’

‘திறந்திருக்குமாப்பா?’

‘நீங்க சினிமா பேகணுமா, வெப்ஸ் கராஜ் போகணுமா?’

‘ஏதாவது ஒண்ணு.’

‘சரியா சொல்லுங்க’ என்று அதட்டினாள் மீரா.

வெப்ஸ் கராஜில ஒரே ஒரு பல்ப் மட்டும் விழித்திருந்தது.

‘முதலாளி காலைலதாங்க வருவாரு.’

‘அவர் பேர் என்னப்பா?’

‘ராஜசேகர்ங்க.’

‘ஆ... அந்த பேர்தான் சொன்னார் ராஜு மாமா.’

‘இப்ப எங்க போகணும்?’

‘சினிமா போய்ட்டு எங்க போறது?’ என்றாள் மீரா.

அவள் அழுதுகொண்டிருந்தாள்.

10

'எதுக்காக இப்ப அழுகை?' என்றான் ஆனந்த். அவனுக்கும் அழவேண்டும் போலத்தான் இருந்தது. ஆட்டோக்காரன் புறப்பட.... 'எங்கப்பா போற?' என்றான்.

'பேசாம வாங்க. உங்களை எங்க அழைச்சுக்கிட்டுப் போகணும்னு இப்ப தெரிஞ்சு போச்சு!'

'எதாவது நல்ல ஓட்டலாப் பார்த்து கூட்டிட்டு போங்க! ராத்திரிக்கு மட்டும். அப்பறம் காலையில, உறவுக்காரங்க இருக்காங்க, அங்க போயிருவோம்.'

'அப்படிங்களா' என்றான் குரலில் நம்பிக்கை யில்லாமல்.

ஆட்டோ இப்போது சோடியம் வெளிச்சமான தெருக்களைப் புறக்கணித்து சற்று இருட்டான சந்து ஒன்றில் திரும்பியது. போகப்போக இன்னமும் குறுகலாகவும் இன்னமும் இருட்டாகவும் இருந்த பற்பல திருப்பங்களைக் கடக்கையில், 'எங்கப்பா கூட்டிக்கிட்டு போற?' என்றான் குரலில் நடுக்கத்துடன். மீரா இன்னமும் லேசாக அழுது கொண்டிருந்தாள்.

'எங்கப்பா போற?'

'அதிகம் பேசாதீங்க. தன்னால தெரியவரும்!'

ஆனந்துக்கு புதிய சங்கடத்தின் அளவை நிர்ணயிக்க முடிய வில்லை. மூன்று ஆட்கள் வந்து சேர்ந்துகொண்டு அவனை ஆட்டோவை விட்டு இறங்கச் சொல்லி மீராவை அழைத்துச் சென்று பலாத்காரம் பண்ணப் போகிறார்கள்! 'கடவுளே! ஒரே நாளில் இத்தனை கஷ்டம் ஒரு ஆளுக்குக் கொடுப்பாயா கிருஷ்ணா! என்னதான் உத்தேசம் உனக்கு!'

'இறங்குங்க.'

'இது என்னப்பா இடம்?'

'சொர்ணம், சொர்ணம்' என்று ஆட்டோக்காரன் விளிக்க, ஆனந்த் இறங்காமல் அந்த இருண்ட கண்களால் கணித்தான். ஓடு வேய்ந்த வீடுகளில் தமிழில் போஸ்டர் ஒட்டிய சுவர்கள். ஒன்றோடு ஒன்று ஒட்டிக் கட்டிய வீடுகள். நிசப்தம். குறட்டை.

'சொர்ணம், சொர்ணம்.'

'என்னவாம்?' என்று ஒரு பெண் குரல் கேட்டது. 'என்னாய்யா, என்ன மணி, சீக்கிரம் வந்துட்டியா?'

'விருந்தாளிகளைக் கொண்டாந்திருக்கேன்.'

'இந்த வேளையிலயா!'

'நீ இவங்களுக்கு படுத்துக்க பந்தோபஸ்து பண்ணு. குழந்தைகள் ளாம் தூங்கிருச்சில்லை?'

ஆனந்துக்கு சட்டென்று வெளிச்சம் போட்டாற்போல் புரிந்தது. ஆட்டோக்காரன் வீட்டுக்கு வந்திருக்கிறோம் என்று.

'உள்ள வாங்க. குனிஞ்சு வாங்க. சின்ன வீடுதான். ஒரு மாதிரி அட்ஜஸ்ட் பண்ணிரலாம்.'

இரண்டு குழந்தைகள் உறங்கிக்கொண்டிருக்க சொர்ணம் புன்னகை யுடன், 'வாங்க, வாங்க உள்ள வாங்க' என்றாள். 'வாம்மா' என்று மீராவை அழைத்தாள். அவள் கன்னத்தில் கண்ணீர் உலர்ந்து கோடு போட்டிருந்தது.

'பாத்தா வழி தடுமாறிப் போனவங்க போல இருந்தது. ஒரு ராத்திரி நம்ம வீட்ல படுத்திருந்துட்டு போவட்டும்னு இட்டாந் துட்டேன். எதாவது சாப்பிடறீங்களா?'

ஆனந்த், 'வேண்டாங்க' என்று சொல்ல, மீரா 'எதாவது கொடுங்க' என்றாள்.

சொர்ணம், இரண்டு குழந்தைகள் பாயில் தூங்கிக் கொண்டிருந் தாலும், இருபது வயசுதான் முகத்தில் தெரிந்தது. பெரிசாகப் பொட்டு இட்டிருந்தாள். கழுத்தில் நகைகள் இல்லாவிட்டாலும் எளிமையான ஒரு அழகு முகத்தில் ஜொலித்தது. மீராவைப் பரிவுடன் பார்த்து, 'வீட்டைவிட்டு சண்டை போட்டுக்கிட்டு ஓடி வந்துட்டிங்களாம்மா?'

'அதெல்லாம் இல்லைம்மா. அது பெரிய கதை. எங்க ரெண்டு பேருக்கும் கல்யாணம் ஆகி எத்தனை நாள் இருக்கும்ங்கற?'

'ரெண்டு நாள்' என்றான் ஆனந்த்.

'அவங்களைத் தொந்தரவு செய்யாதே. எதோ குழப்பத்தில இருக்காங்க!'

'ஃபேன் போடலாங்களா, புதுசா தவணை முறையில் வாங்கி யிருக்கோம்.'

'வேண்டாங்க குளிருது.'

ஒரு பாயும் தலையணையும் கொடுத்தாள் சொர்ணம். ஒரு சிறிய தம்ளரில் இருவருக்கும் சூடான பால் கொண்டுவந்து கொடுத் தாள். 'பேரு மட்டும் சொல்லும்மா.'

'மீரா, இவர் ஆனந்த்.'

'எங்க வீட்டுக்காரர் பேரு அந்த மாதிரித்தான். ரொம்ப ஒத்தாசை செய்வாரு. தினம் யாரையாவது இப்படித்தான் கூட்டியாந்து ருவாரு. போதாக்குறைக்கு ஆட்டோ தொழிலாளர்கள் சங்கம்னு, அது வேற தலைமை!'

மீரா உறங்கும் குழந்தைகளைப் பார்த்து, 'ட்வின்ஸா?' என்றாள்.

'ஆமாங்க.'

'ரொம்ப ஸ்வீட்டா இருக்குது. என்ன பேரு?'

'ராமு, பீமுன்னு பேர் வெச்சிருக்காரு. நான்தான் மாத்திரப் போறேன். நீங்களும் காலையில் போறப்ப சொல்லுங்க, பேர் நல்லால்லைன்னு.'

மீரா அந்தக் குழந்தைகளின் கரிய தலைமயிரை வருடினாள்.

'பிரசவத்துக்கு முந்தியே சொல்லிட்டாங்க. இவர்தான் ஆட்டோவில் வெச்சு போங் ஆஸ்பிட்டல்ல அட்மிட் பண்ணாரு. இந்தா கிட்டக்க இருக்குது. ஒருத்தனுக்கு தொடைல லேசா மச்சம் மாதிரி இருக்குது, அதை வெச்சுத்தான் வித்தியாசம்.'

ஆட்டோ ரிக்ஷாக்காரர் தன் தூங்கும் குழந்தைகளை வாரி யெடுத்து முத்தத்தால் நனைத்து, 'ஒத்தன் இன்ஜினியர், ஒத்தன் டாக்டர்ங்க' என்றார்.

மீரா ஆனந்தைப் பார்த்து, 'இத்தனை சங்கடத்துக்கு இடையில ஒரு சின்னத் தீவு மாதிரி சந்தோஷம்.'

குறுகிய அறையில் வெளிச்சமாக இருந்ததாலும், மிக அருகே ஆட்டோ ரிக்ஷாக்காரரும் சொர்ணமும் குழந்தைகளும் படுத்தி ருந்ததாலும் ஆனந்த் மீராவைத் தொடுவதற்கே தயங்கினான். தைரியம் வந்தபோது அவள் தூங்கிப் போயிருந்தாள்.

காலையில் மீராவை அந்தப் பெண் சொர்ணம் அசைத்து எழுப்பி, 'டீ சாப்பிடுங்க' என்றாள். 'அவரையும் எழுப்புங்க.'

'உங்க வீட்டுக்காரர் எங்க?'

'அவர் அப்பவே வேலைக்கு போயிட்டாரு.'

'குழந்தைகள் எழுந்திருச்சா?'

'இல்லை எழுப்பணும்.' சொர்ணம் குளித்துவிட்டு நெற்றியில் மஞ்சளாக அம்மன்போல் இருந்தாள். மொர மொரப்பான சேலை அணிந்திருந்தாள். 'கட்டிக்க சேலையில்லைபோல, இருக்கா, தரட்டுமாம்மா.'

'இல்லை சொர்ணம். போய் வாங்கிக்கறோம். இவ்வளவு தூரம் ஹெல்ப் பண்ணதுக்கே என்ன சொல்றதுன்னு தெரியலை சொர்ணம்.'

'என்ன கஷ்டம் உங்களுக்கு?'

'அதை கேக்காத என்ன கஷ்டம்னு. எங்களுக்கே தெரியாம ஒரு கஷ்டம்! யாரோ எங்களைத் துரத்தறாங்க. தலைதெறிக்க ஓடிக்கிட்டு இருக்கோம்.'

'எதுக்காகத் துரத்தறாங்க?'

'தெரியாது.'

'யார் துரத்தறாங்க, எதுக்காக துரத்தறாங்க, ஏதும் தெரியாது. ஆனா ஓடமட்டும் ஓடறிகளா!'

'ஆமாம் அப்படித்தான்.'

'புரியலையே.'

'எனக்குப் புரிஞ்சதும், உன்னை வந்து பார்த்து நிச்சயம் சொல்றேன்.' ஆனந்தை அசைத்து, 'ஆனந்த் ஆனந்த்' என்றாள்.

'புருசனைப் பேர் சொல்லிக் கூப்பிடாதம்மா. ஆயுசு குறையும் பாங்க.'

'வேற எப்படிக் கூப்பிடறது?'

''ஏங்க'ன்னு கூப்பிட்டுட்டுப் போ.'

'ஏங்க, ஏங்க' என்று ஆனந்தை அசைத்தாள்.

அவன் திடுக்கிட்டு எழுந்தான். 'குட்மார்னிங்' என்றான். சொர்ணத்தைப் பார்த்து.

'டீ கொண்டாரேன்' என்று போனாள்.

'எங்க ஆரம்பிச்சு, எங்க வந்து சேர்ந்திருக்கோம் பாத்தியா' என்றான் ஆனந்த்.

'இனிமே ஓட முடியாது. பேசாம போலீஸ் நிலையத்துக்குப் போய், ஏதோ ஆள்மாறாட்டம் நேர்ந்துபோச்சுன்னு சொல்லிடலாம்.'

'அதேதான். குளிச்சுரலாமான்னு பார்த்தேன். எனக்கு கார்த்தாலை எழுந்து டாய்லெட் போகணும், குளிக்கணும். இல்லைன்னா வண்டி ஓடாது.'

'திஸ் இஸ் டூ மச் ஆனந்த்.'

சொர்ணம் தேநீர் கொண்டுவந்து கொடுக்க அதை ரசித்துக் குடித்தான். 'ரொம்ப நல்லாப் போட்டிருக்கீங்க. பசங்க எழுந்தாங்களா?'

ஒரு சின்னப்பிள்ளை சட்டை மட்டும் போட்டுக்கொண்டு நடந்து வந்து சொர்ணத்துடன் ஒட்டிக்கொண்டு அவர்களை வினோத மாகப் பார்த்தது. அதன் காலை ஆராய்ந்து சொர்ணம், 'இவன் தான் ராமு. அங்க்கிளுக்கு டாட்டா சொல்லு' என்றாள். அது தூக்கம் போகாத கண்களுடன் வசீகரமாக, 'டாட்டா' என்றது.

'இங்க வா' என்று மீரா கூப்பிட உடனே வந்து அவள் பக்கத்தில் சமர்த்தாக உட்கார்ந்தது.

'கொஞ்சம் பாப்பாங்களைப் பார்த்துக்கிட்டு இருந்தீங்கன்னா சூடா இட்லி போட்டுத் தரேன். அவங்க ஏதும் சாப்பிடாம வெளிய அனுப்பாதன்னு சொல்லிட்டுப் போயிருக்காரு வீட்டுக் காரரு.'

'எதுக்கு சொர்ணம் சிரமம்' என்றாள் மீரா.

'சிரமமே இல்லைங்க.'

'நான் வேணா வந்து ஹெல்ப் பண்ணட்டுமா?'

'வேண்டாங்க. குழந்தைகள்ல ஒருத்தனைப் பார்த்துக்கிட்டா கூடப் போதும். மத்தவனை இடுப்பில் வெச்சுக்கிட்டு சமாளிச்சுருவேன்.'

ஆனந்த் சன்னலுக்கு வெளியே பார்த்தான். கீழ் மத்தியதரப் பிரதேசம். பள்ளிப்பிள்ளைகள் சீருடையில் சைக்கிள் ரிக்ஷாக்களில் திணிக்கப்பட்டிருந்தனர். சைக்கிள் டயர் வைத்த வண்டியில் தக்காளிப்பழம் குவித்து கூவி விற்றுக் கொண்டிருந்தனர்.

'தந்தி பேப்பர் பாக்கறீங்களா? தமிழ் படிப்பிங்கல்ல?'

'ஓ தாராளமா?'

'எங்க வூட்டுக்காரர் பேரு பேப்பர்ல அடிக்கடி வரும். சங்கம் கிங்கம்னு அடிக்கடி மீட்டிங் போட்டுருவாரு. ஆயிரக்கணக்கில் ஆட்டோக்காரங்க அவரைத் தலைவர்னுதான் கூப்பிடுவாங்க.'

'நல்ல சுபாவம் போல...' ஆனந்த் பேப்பரைப் புரட்டினான். வலுவான எழுத்துக்களில் தமிழ்நாடு அரசியல் பிளவுகளை அறிவித்து முதல் பக்கம்.

இரண்டாம் பக்கத்தில் வரி விளம்பரங்களும் மூன்றாவது பக்கத்தில் லாட்டரி ரிசல்ட்டுகளும்... ஆமாம், இது என்ன போலீஸ் எச்சரிக்கை!

'கீழ்க்காணும் நபர் பங்களூர் வந்திருப்பதாகத் தகவல் தெரிந்திருக்கிறது. இவர் பெயர் ஆனந்த். இந்த போட்டோவில் உள்ளவரை பொதுமக்கள் கண்டால் உடனே போலீஸ் கண்ட்ரோல் ரூம் தொலைபேசி எண் 100-க்கு தகவல் கொடுக்கும்படி கேட்டுக்கொள்ளப்படுகிறார்கள்.'

அருகே ஆனந்தின் போட்டோ பிரசுரமாகியிருந்தது.

'கொஞ்சம் பேப்பரைக் கொடுங்க' என்றாள் மீரா. சொர்ணத்தின் புடைவை ஒன்றை உடுத்தியிருந்த மீரா புதியவள் போல இருந்தாள்.

'பேப்பர் வந்து...' என்று அதைச் சட்டென்று மடக்கி மற்றொரு பக்கம் திருப்பி, 'இரு, படிச்சிட்டுக் கொடுத்துர்றேன்' என்றான்.

'உங்களுக்காக பூப் பூவா இட்லி வார்த்துண்டு இருக்கா சொர்ணம். ஏன் பேப்பரைப் போட்டு இப்படி எட்டா மடக்கறீங்க?'

'அது வந்து... ஒண்ணுமில்லை மீரா. வந்து...'

'நீங்க முழிக்கிறது எதையோ மறைக்கிற மாதிரி இருக்கு. என்ன விஷயம் சொல்லிருக்கோ!'

'அதாவது பேப்பர்ல தப்பாச் செய்தி போட்டிருக்கான் வந்து...' அவனிடமிருந்து செய்தித்தாளைப் பிடுங்கிப் பிரித்துப் பார்த்தாள். ஆனந்த் அவள் முகத்தையே பார்த்துக்கொண்டிருக்க, அந்த விளம்பரம், அறிக்கை, போலீஸ் எச்சரிக்கை, போட்டோ எல்லாவற்றையும் நிதானமாகப் படித்துவிட்டு ஆனந்தை நிமிர்ந்து பார்த்து, 'இப்பவாவது உண்மை என்னங்கறதை சொல்லலாம். நீங்க யாரு?' என்றாள்.

11

'சொந்தப் பொண்டாட்டியே, 'நீங்க யாரு' என்று கேக்கும்படியா ஆய்டுத்து பார்த்தியா நிலைமை. என்னத்தைச் சொல்லுவேன் மீரா. எல்லாம் பயம். தைரியக் குறைவினால்தான். முதல்லேருந்து சொல்லிடறேன். உனக்குத் தெரிஞ்சதும் எனக்குத் தெரிஞ்சதும் ஒண்ணுதான் மீரா.'

'எனக்குத் தெரிஞ்சதெல்லாம் காரணமில்லாம தலைதெறிக்க ஓடிண்டிருக்கோம். ஹனிமூன்னா இப்படியா?'

'இல்லை மீரா. ஆரம்பத்தில் இருந்தே யாரோ நம்மை எதுக்கோ துரத்திண்டிருக்கா.'

'நம்மைன்னு சொல்லாதீங்க. 'என்னை'ன்னு சொல்லுங்கோ.'

'சரி, என்னை: முதல்ல ஜன்னல்ல ஒரு மூஞ்சி பாத்த இல்லை. அன்னைக்கு சாயங்காலம் உன்னைக் கடத்திண்டு என் ரூமுக்கு அழச்சுண்டு வந்தப்ப-'

'அந்த மூஞ்சியை நான் கல்யாணத்திலயும் பார்த்திருக்கேன்.'

'அப்பறம் தனபால்னு ஒரு இன்ஸ்பெக்டர் வந்து மந்தைவெளி போலீஸ் ஸ்டேஷன் வரச்சொன்னார். என்னவோ விசாரிக்கணும்னார்.'

'யாரு? தனபால்?'

ஆமாம். என்ன விசாரிக்கணும்னு கேட்டா விஷமமாச் சிரிச்சாரே தவிர, விவரம் ஏதும் கொடுக்கலை.'

'தனபாலைப் பார்க்கப் போனீங்களா?'

'இல்லையே. அதுக்குள்ளதான் பிருந்தாவன்ல மாமா டிக்கெட் வாங்கிட்டாரே. அவர்கிட்ட சொல்லி சமாதானம் பண்ணிட லாம், எதாவது ட்ராபிக் கேஸா இருக்கும்னு.'

'போலீஸ் ஸ்டேஷனுக்குப் போகலை?'

'ஆமா. ஆனா போலீஸ் என்னைத் துரத்திண்டு பிருந்தாவன் எக்ஸ்பிரஸ்லயும் வந்துடுத்து.'

'யாரு, அதே தனபாலா?'

'இல்லை. அது வேற எதோ பால். எங்கய்யா தப்பிச்சுட்டு ஓடறேன்னு எதிர் சீட்டிலயே உக்காந்துட்டான். காட்பாடி வந்ததும் கைதுன்னான். பாத்தேன். ஒண்ணுக்கு போக பாத்ரூம் போயிருந்தான். அப்ப வண்டி ஸ்லோ பண்ணித்தா...'

'குதிச்சோம்.'

'அப்பறம் நடந்ததுதான் உனக்குப் பூராவும் தெரியுமே.'

'இப்ப பேப்பர்ல பேரு, போட்டோ...'

'என்னைச் சரியாப் பார்த்துச் சொல்லு மீரா. நான் யார் மாதிரியாவது இருக்கேனா?'

'யார் மாதிரியும் இல்லை. புறப்படுங்கோ. இனிமேலயும் தாமதம் செய்து பிரயோஜனமில்லை.'

'எங்க?'

'போலீஸ்தான். ஏதோ ஆள் மாறாட்டம் ஆயிருக்கு. நான் நீங்க நினைக்கற ஆள் இல்லை, நான் ஒரு சாதாரண பாங்க் ஆபீசர். இன்ன பேரு; இன்ன தகவல்னு சொல்லிட்டா, அவா விட்டுருவாளா இல்லையா?'

'அப்படித்தான் தோண்றது. பார்க்கலாம். பகவான் என்ன வெல்லாம் மிச்சம் வெச்சிருக்காரோ? கிருஷ்ணா!'

சொர்ணம் வந்து, 'காப்பி ஏதும் குடிக்கிறீங்களா?'

'இல்லை சொர்ணம். அவசரமா ஜெயி... இல்லை இல்லை, ஒரு ஆளைப் பார்க்கப் போகவேண்டியிருக்குது.'

இதற்குள் வாசலில் ஆட்டோ வந்து நிற்க, சொர்ணம், 'என்ன இத்தனை சீக்கிரம் வந்துட்டாரு!'

சொர்ணத்தின் கணவன் அவசரமாக ஆட்டோவிலிருந்து குதித்து இறங்கி, 'அவங்க போயிட்டாங்களா' என்றான்.

'இல்லை, இங்கதான் இருக்காங்க.'

அவர்கள் இருவரும் குரலைத் தழைத்துப் பேசிக்கொண்டது இங்கே கேட்டது. மீரா ஆனந்தைப் பார்த்து, 'அவனும் பேப்பர் பார்த்திருக்கான்' என்றாள்.

'இப்ப என்ன?'

சட்டென்று சொர்ணத்தின் கணவன் தோன்றி, 'நீங்க எதுக்கும் பயப்படாதீங்க. உங்களுக்கு புகல் வேணுமா? போலீஸ் எதுக்காக உங்களைத் தேடறாங்கன்னு எனக்குத் தெரியும். நீங்க அவங்கதானே.'

'எவங்க?'

'அவங்கதாங்க. மேல பேச வேண்டாம். சொர்ணம், ஜன்னலை எல்லாம் அடைச்சுரு. இவங்க சாயங்காலம்தான் வெளிய போறாங்க.'

'இல்லைங்க. இப்பவே எங்களை ஆட்டோவில் கொண்டு விட்டுட்டா போதும்.'

'எங்க?'

போலீஸ் ஸ்டேஷனுக்குத்தாங்க. பாருங்க. இவர் மூஞ்சியைப் பார்த்தா கேடி மாதிரியா இருக்குது?'

'கேடி இல்லைங்க.. வீரர்னா இவரு!'

'இல்லைங்க. நீங்க தப்பாப் புரிஞ்சிக்கிட்டு இருக்கீங்க. இவருக் கிட்ட அந்தத் தப்புத்தண்டாவெல்லாம் கெடையாது. ஏதோ தப்பாயிருச்சு போலீஸ்ல.'

‘நீங்க எனக்கு எதுவும் சொல்ல வேண்டாங்க. உங்க இயக்கம், உங்க பேரு எதுவும் எனக்குத் தேவையில்லை. உங்களுக்கு புகலிடம் கொடுத்த அந்தப் பாக்கியமே போதுங்க!’

‘என்னடா எழவாப் போச்சு. சார், ஆட்டோகாரரே உங்க பேர்?’

‘எம் பேர் ஆனந்தகுமார்ங்க. குமார்னு எல்லாரும் கூப்பிடு வாங்க.’

‘குமார், பாருங்க. நீங்க நெனைக்கிற ஆளு நான் இல்லை. அவங்களைப் போல நீங்களும் தப்பு பண்றீங்க. என்னை அருகாமையில் உள்ள காவல் நிலையத்துக்கு அழைச்சிட்டுப் போனா உபகாரமா இருக்கும்.’

‘அது இல்லைங்க. உங்களைப் போகவிடமாட்டேன்.’

‘தப்பு சார், தப்பு, பெரிய தப்பு. ஆள்மாறாட்டம். நான் வெறும் ஆனந்த்.’

‘பாத்தியா, எம்பேரையே வெச்சுக்கிட்டாங்க பாரு. அவங்க எல்லாம் அப்படித்தான். எனக்கு உங்க எல்லாரையும் தெரியும்ங்க. அல்சூர்ல வெச்சு ஒரு மீட்டிங் போட்டமே, ஞாபகம் இல்லையா?’

‘அய்யோ, அய்யோ, அல்சூரும் தெரியாது வல்சூரும் தெரியாது.’

‘பாருங்க. இந்த ஊர் போலீஸ் பத்தித் தெரியாதுங்க. சரண்டர் பண்றேங்கறீங்க. என்ன செய்வாங்க தெரியுமா அவங்க. டார்ச்சர் பண்ணுவாங்க. உங்க கூட்டாளிங்க பேர் முழுக்க சொல்ற வரைக்கும் ஆசனத்துவாரத்தில் ஊசி ஏத்துவாங்க. ஏரோப்ளன் போட்டு தலைகீழாத் தொங்க வெச்சுருவாங்க. எதுக்காக சரண்டர் பண்றீங்க? நான் உங்களைக் காப்பாத்தறேன்னு வாக்கு கொடுத்தன் இல்லை?’

‘மிஸ்டர் குமார், திஸ் இஸ் எ சிம்பிள் கேஸ் ஆப் மிஸ்டேக்கன் ஐடெண்ட்டிட்டி.’

‘தெரியுங்க. நீங்க எதும் எனக்கு சொல்ல வேணாம். வாங்க போகலாம். உங்களை என்ன செய்யறதுன்னு எனக்குத் தெரியும். முதல்ல வெப்ஸ் கராஜ் போறோம். அங்கதானே நீங்க உங்க ஆள் ஒருத்தரை சந்திக்கணும்னு.’

'ஆமாப்பா. ராஜசேகர்னு, எங்க மாமாவுக்கு தெரிஞ்சவர் ஒருத்தர் இருக்கார்.'

'ஒண்ணும் சொல்லவேண்டாம். நீங்க எங்க போகணுமோ அங்க அழைச்சுக்கிட்டு போறது என் பாக்கியம். ஆனா போலீஸ் சரண்டர் மட்டும் பண்ணிராதீங்க. அம்மா சொல்லுங்கம்மா. கணவருக்கு இத்தனை தூரம் சப்போர்ட் பண்றீங்க. அவங்க என்னமா சித்திரவதை பண்ணுவாங்க தெரியுமா. உங்களுக்குத் தெரியாது கர்நாடகா போலீஸ்...'

மீராவும் ஆனந்தும் ஒருவரை ஒருவர் பார்த்துக்கொள்ள, 'இட்ஸ் நோ யூஸ்' என்றாள்.

வெப்ஸ் கராஜில் ராஜசேகர் ரேஸ் கோர்ஸுக்குப் போயிருப் பதாகச் சொன்னார்கள். மெம்பர்ஸ் ஸ்டாண்டில் இருப்பார் என்றும், அங்கே போனால் அவரைச் சந்திக்கலாம் என்றும் சொன்னார்கள். குமாரின் ஆட்டோவில் ஏறிக்கொண்டு ரேஸ் கோர்ஸ் வந்தார்கள். பித்தளை குதிரை சுவரில் பாய்ந்து கொண்டிருக்க, பங்களூர் டர்ஃப் கிளப் என்று அழகாக எழுதி யிருக்க, முதல் ரேஸுக்கான ஆயத்தங்கள் நடந்துகொண் டிருந்தன.

'நீங்க போய் விசாரியுங்க. நான் இங்கதான் காத்திருக்கேன்' என்று எதிரே இருந்த ஆட்டோ ஸ்டாண்டில் நிறுத்தி குமார் காத்திருந்தான்.

சாலையைக் கடந்து மீராவும் ஆனந்தும் ரேஸ் கோர்ஸின் வாசலுக்குச் செல்ல, அங்கங்கே டிக்கெட் கவுண்டரில் பலர் காத்திருந்தார்கள். உள்ளே நுழைந்து கொண்டிருந்த சிப்பந்தி போல இருந்த ஒருவரை அணுகி, 'இங்க ராஜசேகர்னு...'

'ஏ.கே.ராஜசேகர், வெப்ஸ்!'

'ஆமாம்.'

'உள்ளே இருக்கார். நீங்க யாரு?'

'அவர் ப்ரண்டு ராஜுன்னு மெட்ராஸ்ல-'

'ஒரு நிமிஷம் இருங்க.'

ராஜசேகர் என்பவரை அவன் முன்னே பின்னே பார்த்திரா விட்டாலும், வருகிற தோரணையிலிருந்து இவர்தான் ராஜ சேகராக இருக்க முடியும் என்று தெரிந்தது. ஆனந்தை அணுகி, 'யாரு' என்றார்.

'சார் நான் ராஜுவோட நெஃப்யு.'

'ஓ அச்சா, ஹனிமூன் வந்திருக்கீங்க இல்லை. ராஜு சொன்னான். எல்லாம் சௌகரியமா இருக்கா?'

'இல்லை சார்.'

'நீங்க என்ன பண்றீங்க. எனக்கு ஒரு இம்பார்ட்டெண்ட் ரேஸ் இருக்கு. பார்க்கறீங்களா?'

மீரா, 'சார், வி ஆர் இன் ட்ரபிள்' என்றாள்.

அதை அவர் கவனித்ததாகத் தெரியவில்லை. 'வாங்க. துரைராஜ், இவங்க என் கெஸ்ட்டுங்க. அழைச்சுட்டு போய் மெம்பர்ஸ் ஸ்டாண்டுக்கு கூட்டிண்டு போங்க. ஐ வில் ஜாய்ன் யு ஷார்ட்லி.'

ராஜசேகர் மாயமாய் மறைந்துபோக அந்த துரைராஜின் பின்னால் மாடி ஏறிப்போனார்கள். அது தனி ராஜ்யம்போல இருந்தது. சுவர்களில் வெள்ளைக்காரன் காலத்திலிருந்து ஜெயித்து வந்த அமரக் குதிரைகள் அனைத்தும் போட்டோவாக மாட்டியிருக்க, கோப்பைகளுக்கும் பாலிஷ் மேஜைகளுக்கும் ஊடே மனைவிகள் சிகரெட் பிடித்துக்கொண்டிருந்தார்கள். ஆண்கள் கையில் பியர் வைத்துக்கொண்டு ட்ரெபிள், ஜாக்பாட்டுக்கு குறிப்புகள் எழுதி பெண்களிடம் பணம் கட்டிக்கொண்டிருந்தார்கள். அந்தப் பெண்கள் அனைவரும் வெள்ளைச் சட்டை, பாவாடை அணிந்த பள்ளிப் பெண்கள் போல இருந்தார்கள். இது என்ன இடம் என்று மீரா வியக்க, கீழே பார்த்தபோது டெலிவிஷன் கேமரா மூலம் குதிரைகள் ஆரம்ப இடத்துக்கு வருவது தெரிந்தது.

அந்த துரைராஜ் ஆனந்தை உட்கார வைத்துவிட்டு காணாமல் போனார்.

சற்று நேரம் தம் நிலை மறந்து, அவலம் மறந்து, துடிப்பான அந்தப் பந்தயத்தைக் கவனித்தார்கள். குதிரைகள் ஒன்றுடன் ஒன்று ஒட்டவைத்தாற்போலத்தான் கிளம்ப ஒன்றிரண்டு மட்டும் மூக்கை நீட்டி சற்றே சற்று முன்னால் வர, பணங்கட்டியவர்கள்

பையையும் இருதயத்தையும் பிடித்துக்கொண்டு குதித்துக் கொண்டிருக்க, மீரா, தன்னருகில் இருந்த சிகரெட் பெண்மணி அலட்டிக்கொள்ளாமல் ஸாவ்வி படித்துக்கொண்டிருந்ததைக் கவனித்தாள். பக்கத்தில் பின்னால் பார்த்தபோது நேற்றைக்கு அவர்களை வெஸ்ட் எண்டில் தேடி வந்த போலீஸ் அதிகாரி மெல்ல அவர்களை நோக்கி வந்துகொண்டிருக்க, மீரா ஆனந்திடம் சொல்லலாம் என்று அவனைத் தோளில் தட்ட நினைத்தவள், சட்டென்று மனம் மாறி, வரட்டும் என்று காத்திருந்தாள்.

'ஜெயிச்சுடுத்து' என்று ஆர்வத்துடன் திரும்பிப் பார்த்த ஆனந்த் மீது, 'மிஸ்டர் ஆனந்த்' என்று அவர் தோள்மேல் கைவைக்க, 'இன்ஸ்பெக்டர், வி ஆர் ரெடி' என்றாள் மீரா.

12

ஆனந்த் முதலில் அவரைச் சரியாகக் கவனிக்காமல், 'ஓ ஹலோ சார்' என்றான் அபத்தமாக.

'ஆனந்த், இவர் யார் தெரியுமில்லை?' என்றாள் மீரா. 'போலீஸ். உங்களை அரஸ்ட் பண்ண வந்திருக்கார். சார் அப்படித்தானே?'

'ஸாரி, உங்களுக்கு சிரமம் கொடுக்கறேன்.' வெளியே மைதானத்தைப் பார்த்து, 'ப்ளூ ஏஞ்சல் என்னமா ஓடுது பாத்தீங்களா, மிஸ்டர் ஆனந்த். நம்ம ரெண்டு பேருக்கும் சிக்கல் இல்லாம நாகரிகமா இந்தக் காரியத்தை முடிச்சுரலாம். இதெல்லாம் பெரிய மனுசங்க புழங்கற இடம். அதிகம் கலாட்டா பண்ணாம வந்தா எல்லாருக்கும் நல்லது.'

'அதெல்லாம் இல்லை சார். அவர் உங்ககூட வருவார்!'

ஆனந்த் புன்னகையுடன், 'இதில பாருங்க, ஒரு ஆள்மாறாட்டமோ, தப்பான ஐடெண்டிட்டியோ, ஏதோ, எங்கயோ ஒரு தவறு நேர்ந்து போச்சு... யூ ஸீ சார்' என்று ஆரம்பிக்க 'எல்லாம் ஸ்டேஷன்ல வெச்சுக்கலாம்' என்றார்.

ஆனந்தின் புஜத்தில் கைவைத்து அவனை ஏறக் குறைய செலுத்திக்கொண்டிருக்கும்போது ராஜசேகர் வந்தார். 'என்னப்பா, டிட் யு என்ஜாய் தி ரேஸ்? ப்ளூ ஏஞ்சல் எப்படி ஓடித்து பாத்தில்லை. என்னம்மா?'

ராஜசேகரிடம் மீரா, 'சார், வி ஆர் இன் ட்ரபிள். பிக் ட்ரபிள்!' என்றாள்.

'எக்ஸ்யூஸ் மி. கப்பு கொடுக்கப் போறாங்க. கவர்னர். குதிரை ஜாயிண்ட் ஓனர் நான். பாரும்மா, ஒனக்கு என்ன ஒதவி வேணும்னாலும் ராத்திரி எட்டரைக்கு மேல கராஜ் வந்துரு. என்ன?' உற்சாகமாகப் புறப்பட்டார்.

'வெய்ட் வெய்ட்' என்று சொல்லுவதற்குமுன் அவரும் கிளம்பி விட ஆனந்தை அதிகாரி வேகமாக அழைத்துச் செல்ல, மீரா பதற்றத்துடன் அவன் பின்னால் ஓடினாள்.

ஜீப்பில் பல போலீஸ்காரர்கள் இருந்தார்கள். பந்தோபஸ்துக்காக அவர்கள் சூழ்ந்துகொள்ள மிக மிக பத்திரமாக அவனை ஏற்றினார்கள். புறப்படவிருந்த ஜீப்புடன் அவள் தொடர்ந்து, 'நானு?' என்றாள்.

'பாருங்கம்மா, நீங்க ஓட்டலுக்கு திரும்பப் போயிருங்க. நாங்க இவரை கொஸ்சன் பண்ணிட்டு அனுப்பிர்றோம். அரஸ்ட் பண்ணி லாக் அப்ல வெக்கணும்னு தீர்மானிச்சா கான்ஸ்டபிள் வந்து தகவல் சொல்லுவாரு. நீங்க மனைவிதானே?'

'ஆமாங்க, ஹனிமூன் வந்திருக்கோம்' என்றாள் கண்ணீருடன்.

'பயப்படாதீங்க' என்று சொல்லிவிட்டு கூலிங்கிளாஸினால் கண்களை மறைத்துக்கொண்டார். ஜீப் வேகமாகப் புறப்பட மீரா செய்வதறியாமல் திகைத்தாள். குதிரை ரேஸுக்காக இங்கும் அங்கும் ஓடும் ஜனங்களின் மத்தியில் மூன்று நாள் கல்யாணக் கணவனை போலீஸ் கைது செய்துகொண்டுபோவது அவளுக்கு சிரிப்பாகவும் அழுகையாகவும் இருந்தது. எதிரே குதிரைகளுக்கு என்று ஏ.ஸி. வண்டிகள் நின்றுகொண்டிருந்தன. கார் பார்க்கில் நூற்றுக்கணக்கான கார்கள் காத்திருக்க ஆட்டோ ரிக்ஷாக்கள் அடர்த்தியாக ஒரு பகுதியில் அடைத்திருந்தன. அதில் யாரைப் பார்த்தாலும் குமார் மாதிரி இருந்தது. அந்த ஆள் முகம்கூட மறந்துபோயிருந்தது. கன்னங்களில் தன்னிச்சையாக வழிந்த கண்ணீரைத் துடைத்துக்கொண்டு எதிரே வெஸ்ட்எண்ட் ஓட்டலின் வாசலைப் பார்த்தாள். சாவி இன்னமும் கைப்பையில் இருந்தது.

முதலில் அங்கே போய் சென்னைக்கு அப்பாவுக்கு டெலிபோன் பண்ணலாம். அப்பாவின் ஆபீஸ் டெலிபோன் நம்பர் ஞாபகம் இருக்கிறதா? ஆறு ஒன்று என்று என்னவோ வருமே, அதையும்

மறந்து போய்விட்டாள். எல்லாமே டயரியில் எழுதியிருக்கிறது. டயரி பிருந்தாவன் எக்ஸ்பிரஸ்ஸில் இருக்கிறது. இந்த ராஜு மாமா நம்பர் எங்கயோ அந்த அறையில் எழுதி வைத்திருந்தோமே!

அறைக்குச் சென்று திறந்து கண்ணாடியில் பார்த்தபோதுதான், எத்தனை களைத்துப்போய், அழுக்காக, தெருக் கூட்டுபவள் போலத் தோன்றுகிறோம் என்று ஆதங்கமாக இருந்தது. ஆனந்தை எங்கே அழைத்துச் சென்றிருப்பார்கள்? டெலிபோனை எடுத்து, 'ஆப்பரேட்டர், எனக்கு ஒரு விவரம் வேண்டும்.'

'எஸ் மாடம்.'

'இந்த ரூமை சென்னையிலிருந்து ரிசர்வ் பண்ணியிருக்கிறார் எங்கள் உறவுக்காரர். அவர் டெலிபோன் எண் உங்களிடம் இருக்குமா?'

'ஒன் மினிட் மாடம். ஐ'ல் புட் யு டு ரிசர்வேஷன்.'

கொஞ்ச நேரம் கழித்து, 'எஸ் யு'ர் ரூம் வாஸ் புக்ட் பை ஒன் மிஸ்டர் ஏ.ஆர். ராஜு. டெலிபோன் நம்பர் வேண்டுமா?'

'ஆம்' என்றாள் சற்று உற்சாகத்துடன்.

'யூ வாண்ட் தட் நம்பர் டு பி டயல்டு?'

'எஸ், தாங்யு வெரிமச்!'

'ரிங் யு பேக்.'

டெலிபோனை வைத்தபோது, இந்தச் சங்கட நிலையிலும் தன் புத்தி தடுமாறாமல் செயல்படுவது அவளுக்கு வியப்பாக இருந்தது.

கொஞ்ச நேரத்தில் டெலிபோன் ஒலிக்க, 'யு'ர் மெட்ராஸ் கால் ப்ளீஸ்.'

'அலோ ராஜு மாமாவா?'

'ஸாரி. அவர் பம்பாய் போயிருக்கார். நீங்க யார் பேசறது?'

'மீரா. ஆனந்த்'ஸ் ஒய்ஃப். எங்க போயிருக்கார்?'

'பம்பாய் போயிருக்கார். வியாழக்கிழமை ப்ளைட்ல திரும்புவார். எனிதிங் அர்ஜெண்ட் மீரா?'

'ஆமாம். அவரை காண்டாக்ட் பண்ணி, 'ஆனந்த் இஸ் இன் ட்ரபிள், பங்களூர்ல அவரை போலீஸ் புடிச்சுண்டு போயிருக்காங்க'ன்னு சொல்லி எங்க வீட்டுக்கும் தகவல் சொல்லிட்டா நல்லது.'

'ஐ'ல் டு தட் மீரா. எனிதிங் எல்ஸ்?'

'ராஜு மாமாவை பம்பாயிலிருந்து உடனே வெஸ்ட்எண்டுக்கு போன் பண்ணச் சொல்லணும்!'

'வில் டு தட் மீரா. எனிதிங்க் எல்ஸ்? ஸாரி, யு'ர் இன் ட்ரபிள்!'

ஸாரி கொஞ்சம்கூட இல்லாத செக்ரட்ரித்தனமான குரல்.

மீரா டெலிபோனை வைத்ததும் மறுபடி அது அடித்தது.

எடுத்தவுடன், 'மீரா! ஆனந்த் பேசறேன்.'

'எங்க இருக்கீங்க?'

'இது வந்து... என்ன போலீஸ் ஸ்டேஷன் சார்... கமிஷனர் ஆபீசாம். ரெசிடன்ஸி ரோடில. உடனே நீ வரணும். எதாவது ஆட்டோ பிடிச்சு... அந்த ஆட்டோக்காரன் இருக்கானா...?'

'அவரைக் கண்டுபிடிக்க முடியலை.'

'எப்படியாவது வந்து சேரு. திங்ஸ் ஆர் ஸ்ட்ரேஞ்ச். நீ வாயேன்!''

'ராஜு மாமாகிட்ட போன் பண்ணியிருக்கேன். பம்பாய் போயிருக்காராம். அவர் கால் வரக் காத்திருக்கேன்.'

'அதெல்லாம் இப்ப முக்கியமில்லை. வா முதல்ல.'

'எதாவது ஆபத்தா ஆனந்த்?'

'ஏறக்குறைய அந்த மாதிரிதான். வாயேன் சொல்றேன்.'

மீரா பதற்றத்துடன் ரூமைப் பூட்டிக்கொண்டு லாபிக்கு வந்து, 'கமிஷனர் அலுவலகம் எங்கே?' என்று கேட்டாள்.

'ரெசிடன்ஸி ரோடு மாடம்.'

'ரெசிடன்ஸி ரோடு?'

அவளின் அவல நிலைமையையும் கண்களில் உலர்ந்த கண்ணீரையும் பார்த்து, 'மாடம், எதாவது ப்ராப்ளமா?'

'எல்லாமே ப்ராப்ளம். என்கூட யாரையாவது அனுப்பி னிங்கன்னா உபகாரமா இருக்கும். நானும் என் கணவரும் தேனிலவுக்காக வந்தோம். என் கணவரை காரணமில்லாம போலீஸ்ல அழைச்சுட்டுப் போயிருக்காங்க.'

'ஐ'ல் ஸெண்ட் ஸம்ஒன் வித் யூ மாடம்.'

கமிஷனர் அலுவலகத்துக்கு வந்தபோது ஆனந்தை, தட்டி கட்டி ஒரு ஆபீஸ் அறைபோல இருந்தது, அதில் உட்கார வைத்திருந் தார்கள். எதிரே மேஜை மேல் பிரம்பை உருட்டிக்கொண்டு ஒரு போலீஸ் அதிகாரியும் மற்றொரு உயர் அதிகாரியும் இருக்க, மீரா வந்ததும் அவர்கள் பேச்சை நிறுத்தினார்கள். ஆனந்த் கந்தலாக இருந்தான்.

'ஆனந்த், என்ன ஆச்சு உங்களுக்கு? அடிச்சுட்டாங்களா?'

'இல்லை. கேள்வி கேட்டே என்னைச் சாவடிக்கிறாங்க. திரும்பத் திரும்ப அர்ஜுன், அர்ஜுன்னு.'

'அர்ஜுனா.'

'ஆமாம், அதான் என் பேராம். ஆனந்துங்கற பேரு பொய்யாம்!'

'அர்ஜுன், மறுபடி ஆரம்பிக்கலாமா?'

'சார், இவர் அர்ஜுன் இல்லை, ஆனந்த். என்ன பாங்க் அது. சிண்டிகேட் பாங்கில...'

'எல்லாம் சொல்லியாச்சு' என்றார் அதிகாரி. கொஞ்சம்கூடக் கருணையில்லாத குரலில்.

'பின்ன?' என்று உதடு துடிக்க மீரா கேட்க.

'உண்மை இன்னமும் வரலையே.'

'என்ன உண்மை?'

'அதை நீங்கள்ல சொல்லணும். சொல்லிட்டா ரெண்டு பேர் டயமும் வேஸ்ட் ஆகாம இருக்குமில்லை?'

எதிரே வீற்றிருந்த உயர் அதிகாரி மெல்ல ஆனந்த் அருகே வந்து 'அர்ஜுன், வாட் இஸ் யு'ர் ப்ளான். எதுக்காக மெட்ராஸ் வந்தே? சொல்லிடு.'

'அய்யோ நான் அர்ஜுன் இல்லை சார். என்ன வேணும் உங்களுக்கு? பர்த் சட்டிபிகேட், எஸ்.எஸ்.எல்.சி. சர்ட்டிபிகேட்? என்ன வேணும் உங்களுக்கு, சொல்லுங்க!'

'ஒண்ணும் வேண்டாம். உன் ப்ளான் என்னன்னு சொல்லிட்டாப் போதும். எதுக்காக க்வாலியர்லருந்து மெட்ராஸ் வந்த? என்ன ப்ளான்?'

'க்வாலியரா! அது எங்க இருக்கு!'

'கமான் அர்ஜுன். பாசாங்கு எல்லாம் போதும்னு நெனைக்கிறேன்.'

மீரா குறுக்கிட்டு, 'சார் எங்களுக்கு ஏதும் புரியலை. யாரு இந்த அர்ஜுன்? எதுக்காக அவன் க்வாலியர்லருந்து வரணும்னு கொஞ்சம் கோடி காட்டினிங்கன்னா.'

'உங்க பேரு?'

'மீரா. அர்ஜுனோட... ஸாரி, ஆனந்தோட ஒய்ஃப்.'

'இந்த போட்டோவைப் பாருங்க' என்று ஒரு ஃபைலிலிருந்து ஒரு பக்கத்தை மட்டும் மடக்கிக் காட்டினார்.

'கண்டிப்பாக ஆனந்த் போட்டோதான் இது.'

அர்ஜுன் ஏ.கே.ஏ. ஆனந்த் என்று அதனடியில் டைப் அடித்திருந்தது.

'ஏ.கே.ஏ.ன்னா?'

''ஆல்ஸோ நோன் அஸ்'னு அர்த்தம். அலையஸ்னு சொல்றதில்லையா, அது மாதிரி. இன்னமும் உம்பேர் முழுவதும் சொல்லட்டுமா. அர்ஜுன் டிக்கு ஆலன்!'

'அய்யோ சார் எனக்கு ஒரே பேர்தான். எங்கம்மா எப்பவாவது 'ஆந்து'ன்னு கூப்பிடுவா. அதுவும் சின்ன வயசில.'

அவர்கள் இருவரும் தனியாகச் சென்று மந்திராலோசனை செய்தார்கள்.

'நிஜமாச் சொல்லுங்கோ. அவங்க கோர்வையாக் கேக்கறதைப் பார்த்தா...'

'அய்யோ ராட்சசி, நீயும் நம்பிராதே. நான் தொலைஞ்சேன். உன் சப்போர்ட்டு இப்ப வேணவே வேணும்!'

'மீரா, நீங்க எங்க தங்கிருக்கீங்க?'

'வெஸ்ட்எண்டில.'

'நீங்க போங்க. உங்களை அப்பறம் கூப்பிடறோம். இன்னமும் ரெண்டு மணி நேரம் அவகாசம் கொடுக்கறோம். உண்மை வரதா பார்க்கலாம்!'

'இல்லைன்னா?'

'வேற சில முறைங்கள்ளாம் இருக்கு, பாத்துருவோம்.'

13

ஆனந்த் மீராவைப் பரிதாபமாகப் பார்த்தான். 'என்னை விட்டுப் போகாதே' என்றான். 'குமார் சொன்னப்பல இவர் எசகேடா சித்திரவதை பண்ணுவா...'

'எந்தக் குமார்? ஆட்டோ சங்கத் தலைவன் குமார்தானே?' என்று அதிகாரி பாய்ந்தார்.

'அது... அது வேற குமார்ங்க.'

'குமார் என்ன சொன்னான்?'

'அது வந்து...'

'நான் சொல்கிறேன்' என்று மீரா தெளிவாக, 'உங்களுக்கு தேவைப்பட்ட உண்மையை ஒப்புத் துக்கிற வரைக்கும் சித்திரவதை செய்விங்களாம். ஏரோப்ளேன்னு என்னவோ சொன்னாரு, புரியலை.'

'அதுக்கெல்லாம் அவசியமில்லை மிஸஸ் மீரா. நீங்க மிஸஸ்தானே? இல்லை இவர்கூட நீங்களும் மூவ்மெண்டா?'

'என்ன சார் மூவ்மெண்ட்? டான்ஸ் மூவ்மெண்ட் ஒண்ணுதான் தெரியும். அதுவும் பேர் மட்டும்தான்!'

‘யு ஆர் நாட் சீரியஸ் மீரா. உங்க கணவர் ஆனந்த் என்று பேர் வைத்திருக்கும் அர்ஜுனை, செக்ஷன் 121-படி, செக்ஷன் 123 மற்றும் 124-1 படியும் கைது செய்யப் போறோம். பாகல்பூர் தெரியுமில்லை?’

‘கேள்விப்பட்டிருக்கிறேன்!’

‘அங்க கொண்டுபோகப் போறோம். அதுக்குன்னு சி.பி.ஐ. ஆபீசர் வந்திருக்கார் பாருங்க. அதனால கேக்கற கேள்விக் கெல்லாம் பதில் சொல்லிட்டு, எதுக்காக இங்கே வந்தேன்னு சொன்னா, அர்ஜுன் உன்னை விட்டுர சான்ஸ் இருக்கு. அட் தி மோஸ்ட், ஹவுஸ் அரஸ்ட்!’

‘எனக்கு என்ன தெரியணும்னு சொல்றீங்க, அதைச் சொல்லுங்க, ஒப்புத்துக்கிறேன்!’ என்றான் பரிதாபமாக.

‘சே, பைத்தியம் மாதிரிப் பேசாதீங்க! எதுக்காக செய்யாத குற்றத்துக்கு ஒப்புத்துக்கணும்? இவங்க எதோ போட்டோ காட்டி உம் பேர் அர்ஜுன்னு சொன்னா அதை அப்படியே ஒப்புத்துக்கறதா? பாருங்க இன்ஸ்பெக்டர்...’

‘அவர் இன்ஸ்பெக்டர் இல்லைம்மா. சூப்ரண்ட்டு.’

‘எனக்கு எல்லா போலீஸ்காரங்களும் இன்ஸ்பெக்டர். ஐ டிமாண்ட் எ வாரண்ட் ஆஃப் அர்ரஸ்ட். ஐ டிமாண்ட் எ லாயர்.’

‘இந்த வேளையில லாயர் யாரும் வரமாட்டாங்க.’

‘நான் கூட்டி வரேன். அதுவரைக்கும் நீங்க எதுவும் பேசாதீங்க. ஆனந்த் இங்கேயே இருங்க. வாயைத் திறக்காதீங்க...’

‘மீரா, நீ போய்டாதே. உடனே என்னை மாத்திருவா!’

‘அவர் சொல்றது சரிதான். ஒரு ராத்திரி இவரை லாக் அப்பில் வெச்சுக்கப் போறோம். அதனால எந்த இடத்தில்னு சொல்ல மாட்டோம். எதுக்கு இந்தப் பிடிவாதம்? எதுக்காக தர்ட் டிகிரி எல்லாம் பயன்படுத்தணும்?’

‘தேர்ட் டிகிரின்னா?’

‘அடி, உதை.’

‘மீரா ஆஆ...’

அதற்குள் ஒரு கூண்டு வண்டி, நீலமாக, இருட்டாக, வட்ட வட்ட ஜன்னலாக வந்து நிற்க, 'மிஸஸ் மீரா, நீங்க கோவாப்பரேட் பண்ணாததால இவரைக் கட்டாயமா அழைச்சுட்டுப்போக வேண்டியிருக்கு. காலையில வந்து பாருங்க. உங்க லாயரைக் கூட்டி வாங்க. நாங்களும் வாரண்ட் ஆஃப் அர்ரஸ்ட்டுக்கும் அர்ரேஞ்மெண்டுக்கும் ஏற்பாடு செய்யறோம். என்ன அர்ஜுன்?'

'இல்லை ராஜீவ்!'

'ராஜீவா?'

'உங்க பேர் ராஜீவ் காந்தின்னா, எம்பேரு அர்ஜுன்ங்க!'

'ரொம்ப வேடிக்கையாகப் பேசறீங்க இந்த வேளையிலயும்' என்று சிரிப்பில்லாமல் சொன்னார்.

'மீரா, நான் இப்ப என்ன பண்ணுவது?'

'எனக்கே தெரியலையே. இதுவரைக்கும் உங்களை ஒப்பேத்தியாச்சு!'

காரிடாரில் இருட்டாக இருந்தது. மீரா இங்குமங்கும் பார்த்தாள். அறையின் மூளையில் அந்த சி.பி.ஐ. அதிகாரியும் கர்நாடகா போலீஸ் அதிகாரியும் பேசிக்கொண்டிருந்தார்கள். டிரைவர் போலீஸ் லாரியைத் திருப்பிக்கொண்டிருப்பதில் அவர்கள் மும்முரமாக இருந்தார்கள்.

மீரா, 'சார்! நாங்க ரெண்டு பேரும் பேசிக்கலாமா' என்று கேட்டாள்.

'தாராளமா. வழிக்கு வந்தால் எல்லாருக்கும் நல்லது.'

மீரா ஆனந்த் அருகில் வந்தாள்.

தாழ்ந்த குரலில், 'நான் இப்ப என்ன வேணா ஆகட்டும்னு ஒரு காரியம் செய்யப்போறேன். துணிஞ்சுட்டாப் போதும், என்னையும் சேர்த்து அரஸ்ட் பண்ணினாலும் பரவாயில்லை.'

'எதாவது சுட்டு கிட்டு வெச்சுருவா கண்ணு!'

'குறுக்கே பேசாமக் கேளுங்கோ. வர்றப்ப ஓரத்தில காம்பவுண்டு சுவர் பார்த்தேன். பக்கத்தில் காப்பி ஓட்டல் மாதிரி இருக்கு. நான் சரியா 'எஸ்'னு சொன்ன உடனே என்ன பண்றீங்க... எம் பின்னால் ஓடி வந்துருங்க, தப்பிச்சுரலாம்.'

‘உம் பின்னாலயா.’

‘பிருந்தாவன் எக்ஸ்ப்ரஸ்ல உங்க பின்னால நான் ஓடிவந்தேன். இப்ப எம் பின்னால நீங்க! அவா கவனம் எல்லாம் தனக்குள்ள பேசிக்கிறதிலயும் வண்டியைத் திருப்பறதிலயும் இருக்கு. ஒருத்தன் பார்க்கலை. நீங்க தப்பிக்க முயற்சி பண்ண மாட்டேங்கன்னு நெனைச்சுண்டு இருக்கா போல. முதல்ல நடந்தே வெளியே வந்துரலாம்போல இருக்கு. கிளம்புங்கோ!’

‘இப்பவேவா.’

‘எஸ்!’

திடுதிப்பென்று வில்லிருந்து புறப்பட்ட அம்பு போல அவள் ஓடினாள். அவளை அப்படியே துரத்துவதுபோல ஆனந்த் தொடர்ந்தான்.

அவர்கள் முதலில் எதிர்பார்க்கவே இல்லை. அதனால் கவனிக்கவும் இல்லை.

அவர்கள் நடந்ததை உணர்ந்து துப்பாக்கிகளை உயர்த்தும் முன்னமேயே மீரா குட்டையான சுவரைத் தாண்டிவிட்டாள். அதே வேகத்தில் வந்து ஆனந்தும் அதை எவ்விவிட்டான்.

பக்கத்தில் ஒரு பெரிய தோட்ட ஓட்டல் இருந்தது. வண்ண வண்ண விளக்கு போடப்பட்டு மரத்தின் இடுக்குகளில் லவுட் ஸ்பீக்கர் பொருத்தி, அதில் ராஜ்குமாரின் பாடல்கள் கேட்டுக் கொண்டிருக்க, அவரவர் கார்களுக்கு தட்டு அமைத்து போண்டா சாப்பிட்டுக்கொண்டிருந்தார்கள். ஆனந்த் சட்டென்று சுதாரித்துக் கொண்டு அவர்களைக் கடந்தான். அவள் கையைப் பிடித்துக் கொண்டான். ‘அவங்க வரதுக்குள்ள... எக்ஸ்க்யூஸ் மி... இங்க டாய்லட் எங்க இருக்கு?’

‘ஒளகடே ஓகி.’

‘திட்டறானா. கை எப்படி நடுங்கறது பாத்தியா உனக்கு?’

‘எனக்கில்லை. உங்களுக்கு.’

லேசாக இருட்டு பாதுகாப்பாக இருக்க, பக்கத்தில் போலீஸ் விசில்கள் கேட்க, பத்து பேர் உள்ளே நுழைவதைப் பார்த்தார்கள்.

'பதட்டமே படாதீங்கோ. பாத்ரூமுக்கு எப்படி நடந்து போவாளோ, அப்படிப் போங்கோ. யாரும் சந்தேகப்பட மாட்டா. இந்த இருட்டில் அவா எல்லா கப்பிள்ஸையும் செக் பண்ணியாகணும்.'

மெல்ல மெல்ல கல்லாவைக் கடந்தனர். அங்கே பக்கத்து ஹாலில் கார்டன் ஸாரிஸின் சேல் போட்டிருந்தது. அதில் மூச்சு திணறும்படியாக கூட்டம் இருந்தது. அவரவர் சொந்த ஸாரிகளையே உருவும்படியாக அத்தனை பெண்மணிகள் பார்த்துப் பார்த்துப் புரட்டிக்கொண்டிருக்க கணவன்மார்கள் கவலையுடன் ஓரத்தில் பை வைத்து கை கட்டிக்கொண்டு வேடிக்கை பார்த்துக்கொண்டிருந்தார்கள். மீரா அதில் நுழைந்து, 'இந்த ஸாரி என்ன விலைப்பா?' என்றாள்.

'த்ரீ ட்வெண்டி மாடம், சினான் ஷிஃபான்.'

'எம் பின்னாலயே வாங்க. அந்தப் பக்கம் என்னவோ தெரியறது.'

'அவாள்ளாம் எங்கே?'

'அவாளைப் பத்திக் கவலைப்படாதீங்கோ. அந்த ஓட்டல்ல தேடிண்டிருப்பா. நிச்சயம் அங்கதான் அவா கவனம் இருக்கும். இந்த சேல்ல ஒரு கோஷ்டியே மறையலாம். காமா இருங்கோ, நீங்க கல்யாணம் ஆகி எனக்குப் புடைவை வாங்கித் தந்தா எப்படி இருப்பீங்க, அப்படி மூஞ்சியை வெச்சுண்டு இருங்கோ.'

வெளியே விசில் சப்தங்கள் கேட்டன. ஒரு மாருதி கார் நின்று கொண்டிருந்தது.

'மாருதி ஓட்டத் தெரியுமா?'

'இல்லை. ஸ்கூட்டர் ஓட்டுவேன்.'

'எம் பின்னாலேயே ஒட்டிண்டு வாங்கோ, என்ன?'

'பசை!'

'இப்படி ஒட்டிக்க வேண்டாம். கொஞ்சம் ஒரு இன்ச் விடலாம்.'

'சரி மீரா. நீ என்ன ஸ்கவுட்டில இருந்திருக்கியோ!'

'அது என்னப்பா விலை?'

'மாடம், அது ஃபோர் பிஃப்ட்டிங்க!'

இப்போது போலீஸ்காரர்கள் அந்தக் கடையின் வாசலில் வந்து முதலாளியுடன் பேசினார்கள். அவர்கள் சைகை செய்வது, இந்த கூட்டத்தில் என்ன தேடுவீர்கள்' என்று சொல்வதுபோல இருந்தது.

'வந்துட்டான். வந்துட்டான்.'

மீரா கவனிக்காமல் 'இது எத்தனை ப்ரைஸ்?' என்றாள். அருகே கோடவுன் போல இருந்தது. அதன் வாசல் திறந்திருக்க அதில் நழுவினாள். ஆனந்த் அவளுடன் ஒட்டிக்கொண்டே வந்தான்.

'இனிமே ஓட்டவேண்டாம்' பேல் பேலாக ஏதோ அடுக்கி யிருந்தது. அதன் முடிவில் தரையில் ஈரமாக இருந்தது. ஆஸ்பெஸ் டாஸ் கூரை போட்டிருந்தது. அதில் ஒரு கைனெட்டிக் ஹோண்டா வந்து நின்றது. அதில் ஒருத்தன் இறங்கி பின் சீட்டில் இருந்த பெரிய பொட்டலத்தை இறக்குகையில் மீராவைப் பார்த்து, 'ஹாய்! எப்படி போயிட்டு இருக்கு?'

'ரொம்பக் கூட்டம்.'

'கொஞ்சம் பாத்துக்க. இதை வெச்சுட்டு வந்துர்றேன்' என்றான்.

அந்த ஸ்கூட்டரில் இக்னிஷன் கீ அப்படியே இருந்தது.

'இதை நான்கூட ஓட்டுவேன். மரியாதையா இருக்காது. உங்களுக்கு ஓட்டத் தெரியுமோல்லியோ?'

'தாராளமா. கியரே கிடையாது!'

'ஏறிக்கங்கோ. செல்ஃப் ஸ்டார்டர்கூட இருக்கு. உதைக்க வேண்டாம். அதுக்கு திராணி இருக்காது உங்களுக்கு.'

அந்த ஸ்கூட்டர் பஞ்சு போலக் கிளம்ப, எதிரே சந்தாக இருந்த பாதையில் புறப்பட்டு பின்பக்கத்துப் பாதையில் வெளிப் பட்டனர். போலீஸ்காரரைச் சுற்றாமல் இண்டியன் எக்ஸ்பிரஸ் மார்க்கமாகப் போய் பார்ஸி டெம்பிளுக்கு அருகில் அவன் நிறுத்தினான்.

'எங்க போறோம்?'

'எங்கயாவது! நேராப் போங்கோ. எனக்கு பங்களூர் தெரியாது.'

'மெட்ராஸுக்கு வழி விசாரிக்கலாமா?'

'அஞ்சு லிட்டர் இருக்கும் பெட்ரோல்!'

'நீங்க போங்கோ, நான் சொல்றேன்.'

அங்கிருந்து சிவாஜி நகர் பக்கம் போனார்கள். சந்தடியிலிருந்து விலகி பெயர் தெரியாத ரோடுகளில் சென்றார்கள். அதிகமாக சோடியம் விளக்கு பிரகாசம் இருக்கும் பகுதிகளைத் தவிர்த்தார்கள். வெப்ஸ் கராஜ் வந்தது.

'நிறுத்தலாமா?'

'இங்கதான் முதல்ல போலீஸ் வரும்.'

'குமார் வீட்டுக்குப் போகலாமா?'

'வழி தெரியுமா?'

'தெரியாது.'

'பின்ன என்ன சும்மா!'

'உனக்குத் தெரிஞ்ச உறவுக்காரா இருக்கான்னயே?'

'ஆனந்த், நீ பாட்டுக்குப் போ, ஐ திங்க் ஐ'ம் பிகினிங் டு என்ஜாய் ஆல் திஸ்' என்றாள்.

14

இரவில், திருட்டு ஸ்கூட்டரில் இலக்கில்லாமல், தெருவின் பெயர் தெரியாமல் ஒரு அன்னிய நகரில் கல்யாணமான நான்காவது தினம் திரியப் போகிறோம் என்று மீரா எதிர்பார்க்கவில்லை. இருந்தும் அவள் இந்த அனுபவத்தை எதோ ஒரு வக்கிரமான விதத்தில் ரசிக்கத் தொடங்கிவிட்டாள். இது ஆனந்துக்கு வியப்பாக இருந்தது.

'எங்க போறது?' என்று யோசனை கேட்டான்.

'நீ பாட்டுக்கு போயிட்டே இரு. ஏதோ ஒரு கண்ண தாசன் பாட்டில் வருமே அதுபோல.'

'கண்ணதாசன் பாட்டில் பெட்ரோல் தீர்ந்து போகாதே!'

'பெட்ரோல் எங்க தீர்ந்து போறதோ அங்க நிறுத்த லாம்.'

'நிறுத்தி?'

'ஏதாவது டீக்கடை, பன்னு. ராத்திரி லாரி இல்லை. ஒரு கிராமத்துக்குள்ள நுழைஞ்சு அங்க அய்யனார் சிலைக்கு கீழ படுத்துறலாம்! ரொமாண்ட்டிக்.'

'நிஜமாச் சொல்றியா, கேலியா?'

'எனக்கே தெரியலை!'

ஆனந்த் தீர்மானமாக ஸ்கூட்டரை நிறுத்தினான். 'என்ன ஏதாவது ஐடியாவா?'

'ஆமாம்! போன்!'

நிறுத்திய இடம் தூக்கத்துக்கு ஆயத்தம் பண்ணிக்கொண்டிருந்த ஒட்டல்.

'கொஞ்சம் போன் பேசிக்கலாங்களா?'

'எல்லாம் மூடியாச்சுங்களே!'

கூட வந்த மீரா 'ப்ளீஸ்!' என்று புன்னகைத்து 'வில் பே!' என்றாள்.

பூட்டியிருந்த டயலை விடுவித்து, 'என்ன நம்பர்?'

'வெப்ஸ் கராஜ். ராஜசேகர்னு ஒருத்தர்கூட...'

'இதோ பக்கத்திலேயே இருக்கே வெப்ஸ் கராஜ்.'

'அதில ஒரு பிரச்னை.'

டைரக்டரியைப் பார்த்துச் சுழற்றியதில் ராஜசேகர் இருந்தார்! ஆனந்த் முகமலர்ந்து, 'சார், நிதி கிடைச்சாப்பல கிடைச்சீங்க. நான் ஆனந்த் பேசறேன். ராஜுவோட நெவ்யூ.'

'ஏய் ஆனந்த்! எங்கப்பா காணாமப்போயிட்டே!'

'சார், அதையேன் கேக்கறீங்க. அது ஒரு மஹாபாரதம்!' போனைப் பொத்தி மெதுவான குரலில், 'தி போலீஸ் இஸ் ஆஃப்டர் மீ! உங்க கராஜுக்கு நாங்க வர்றதே அபாயம். நான் உங்களைச் சந்திச்சே ஆகணும்.'

'எங்கருந்து பேசறே!'

'ஜஸ்ட் எ மினிட்! சார், இது என்ன தெரு?'

'மில்லர் ரோடு!'

'மில்லர் ரோடு ரெயின்போ ரெஸ்டாரண்ட்டுன்னு ஒரு இடத்தில இருந்து.'

'அங்கேய இரு, அஞ்சு நிமிஷத்தில வரேன்.'

ராஜசேகரை இதற்குமுன் இரண்டு முறைதான் ரேஸ் கோர்ஸில் அதுவும் அரை அரை செகண்டு பார்த்திருக்கிறான். 'இப்பத்தான்

சார் உங்களை முழுசாப் பார்க்க முடியறது. ரொம்ப பிஸியா இருக்கீங்க!'

ராஜசேகர், 'குதிரை ஜெயிச்சுதா! அதனால் பிஸி! ஸ்கூட்டர் யார்து?'

'இது வந்து... இது வந்து... எல்லாம் விவரமாச் சொல்றமே!'

'மீரா, யூ லுக் டயர்டு.'

'ஆமா சார். சுவர் ஏறிக் குதிச்சு அனுபவமில்லை. அதனால.'

'என்ன சொல்றீங்க ரெண்டு பேரும்?'

'எங்கயாவது உக்காரலாமா?'

'நல்ல ஐடியா!'

சீஸர்ஸ் என்கிற ரெஸ்டாரண்டுக்கு அழைத்துச் சென்றார். 'இங்க பர்னிங் அலாஸ்கான்னு ஒரு டெஸ்ஸர்ட் டிஷ் சாப்ட்டுப் பார்க்கணும் நீ!'

'முதல்ல தண்ணி குடிக்கணும்.'

நடந்தது முழுவதையும் மீராவும் ஆனந்தும் மாறி மாறிச் சொல்ல, ராஜசேகர் குறுக்கே பேசாமல் கேட்டார். அவர் காதோரம் கௌரவமாக நரைத்திருந்தது. புருவங்கள் அடர்த்தியாக இருந்தன. ஒரு பட்டன் திறந்த தடிமனான தங்கச் சங்கிலி தெரிந்தது. சட்டைப் பை அருகில் குதிரை எம்ப்ராய்டரியில் பாய்ந்துகொண்டிருந்தது.

'விஷயம் ரொம்பச் சிக்கலாத் தோணுது. எனக்கு டி.ஐ.ஜி. பொலிட்டிக்கல் இன்டெலிஜன்ஸ், அவரைத் தெரியும். அவரை நாளைக்கு கான்டாக்ட் பண்றேன்! இது ஏதோ சி.பி.ஐ. கேஸ் மாதிரி தெரியுது. பாவம், புதுசாக் கல்யாணம் பண்ணவங்களுக்கு எத்தனை ப்ராப்ளம்!'

'என்ன சொன்னாலும் அர்ஜுன் அர்ஜுன் பாகல்பூர் பாகல்பூர்ங் கறான் சார்! எனக்குத் தலைகால் புரியலை.'

'ஆனந்த்! ஆர் யூ ஷ்யூர்... உனக்கு... நீ... வந்து எந்த விதத்திலும்... பொலிட்டிக்கலாவோ...'

'சேச்சே! என்னைப் பாருங்க சார். நேராப் பாருங்க சார்! பார்த்துட்டுச் சொல்லுங்க, எங்கயாவது குற்றம் தெரியுதா...'

'பின்ன ஏன் துரத்தறாங்க!'

'ஆள் மாறாட்டம்ங்கறார்' என்றாள் மீரா.

'மீரா, நீ சொல்லு!'

'நான் சொல்றேன் சார். இவர்மேல எனக்கு முழுசா நம்பிக்கை இல்லை. மைலாப்பூரில் இவர் ரூமுக்குப் போயிருந்தபோது நிறைய வினோத விஷயங்களைப் பார்த்தேன். ஜன்னல் வழியா ஒரு மூஞ்சி. அந்த மூஞ்சியைக் கல்யாணத்தில் பார்த்திருக்கேன். அப்புறம் பளபளன்னு ஒரு பெட்டியில ஒரு துப்பாக்கி மாதிரி தனியா தனித்தனியா பார்ட் பார்ட்டா ஒண்ணு பார்த்தேன் இவர் ரூம்ல...'

ராஜசேகர் ஆனந்தை நிமிர்ந்து பார்த்து, 'என்னப்பா?'

'அது எப்படி வந்ததுன்னு எனக்குத் தெரியாது சார்!'

'ஆனா இவரைப் பார்த்தா பட்டாசு சுடக்கூட பயப்படுவார் போலத்தான் இருக்கு.'

ராஜசேகர் சிரித்து, 'ஓக்கே! உங்களுக்கு முதல்ல தேவை நிம்மதி. எனக்கு குனிகல்ல ஒரு ஃபார்ம் இருக்கு. அங்க சௌகரியமா இடம் எல்லாம் இருக்கு. இங்கேயிருந்து முதல்ல விலகிப் போயிருங்க! பெரிய வீடு. சமையல்காரன், காவல்காரன், எல்லா வசதியும் உண்டு. தனிமையும் கிடைக்கும். உங்க தேனிலவை அங்க வெச்சுக்கங்க. பி மை கெஸ்ட். அதுக்குள்ள நான் ராஜுவை பம்பாய்ல கான்டாக்ட் பண்ணி உடனே இந்த குழப்பத்தைத் தீர்த்துவைக்க முயற்சிக்கிறேன். மீரா உன்னை அசப்பில பார்த்தா, பேசற விதம், மானரிஸம் எல்லாம் என் மக புவி மாதிரி இருக்கு. இத்தனை சொத்து இங்க. அமெரிக்காவில் ஒரு சின்ன அப்பார்ட்மென்டில் இருக்கா! திஸ் க்ரேஸ் ஃபர் அமெரிக்கா... ஹூம்!'

பர்னிங் அலாஸ்கா புட்டிங்மேல் லேசாக ப்ராந்தி தெளிக்கப்பட்டு அது பற்றவைக்கப்பட்டு சுடச்சுட ஜில்லென்று வந்தது.

'ஸ்கூட்டரை என்ன பண்றது' என்றாள் மீரா.

‘அதும் வேலை முடிஞ்சு போச்சு. உன்னை மாருதில டிரைவர் ட்ராப் பண்ணிருவான்!’

‘எப்ப?’

‘இப்ப! உங்களுக்கு பணம் தேவைப்படும். ஏற்பாடு பண்ணிர்றேன். அங்கயே இருக்கு துணிமணியெல்லாம்.’

‘சார், உங்களுக்கு எப்படி தாங்க்ஸ் சொல்றதுன்னே... தெரியலை.’

‘ஐ ஃபீல் கில்ட்டி. நீங்க ஒரு இக்கட்டில இப்படி மாட்டிக்கிட்டு இருக்கீங்கன்னு முன்னமேயே சொல்லியிருந்தா!’

‘சொன்னோம் சார். நிறையத் தடவை சொன்னோம்.’

‘நான்தான் கவனிக்கலை இல்லை! பரவால்லை. கொஞ்சநாள் வெளி உலகத்திலிருந்து வெட்டுப்பட்டதுபோல தனியா இருங்க. என்ஜாய் பண்ணுங்க. யூ டிஸர்வ் இட்!’

குனிகல் என்பது எந்தத் திசை, எத்தனை கிலோமீட்டர் என்று தெரியாத வகையில் மாருதியின் பின் சீட் இருட்டில் ஒருவர் கையை ஒருவர் பிடித்துக்கொண்டு, நகர விளக்குகள் நீங்கியதும் கைகள் தைரியம் பெற்று ஏதேதோ புதுப்புது சமாசாரங்களைத் தொட்டுப் பார்த்துக்கொண்டன. மீரா ஆனந்தின் தைரிய விரல்களைக் கிள்ளினாள், மடக்கினாள், தள்ளினாள். ஆனந்த் மீராவின் ஒவ்வொரு சதுர சென்டிமீட்டரையும் விடிவதற்குள் பரிச்சயம் பண்ணிக்கொள்ளவேண்டும் என்ற தீவிரமான இலக்கில் இருந்தான். மீரா சில பிரதேசங்களைக் கடுமையாகத் தடை செய்தாள். ஆனந்த் பற்பல அணுகுமுறையில் அந்தத் தடையை மீற முயன்று வெற்றி காணும் சமயத்தில் வானம் வெளுத்து ஊர் வந்துவிட்டது.

இடம் வலமாக குட்டையாக பயிர்களுக்கு இடையில் அம்பு போன்ற பண்ணைப் பாதையில் கார் சென்றது. உள்ளுக்குள் உள்ளே சென்று சென்று அந்தத் தனிப்பட்ட ஏக்கராக்களின் விஸ்தார மத்தியில் ஒரு அழகான வீடு. வாசலில் அவர்களை நோக்கி ஓடிவந்த வேலைக்காரன் மௌனமாகக் கதவைத் திறக்க, சற்றே படிகள் ஏற, கடப்பைக் கல் வராந்தாவில் சங்கிலியில் தொங்கிய விதவிதப் பூச்சட்டிகள். கதவைத் திறந்ததும் ஹால். கருப்பாக பாலிஷ் ஏறிய தேக்குமர நாற்காலி மேஜைகள். கால் வைத்தால் குறுகுறுக்கும் கார்ப்பெட்.

அலங்கார ஷாண்டலியர். இந்தப் பக்கம் இரண்டு, அந்தப் பக்கம் இரண்டு அறைகள்.

மீரா பிரமிப்புடன், 'எல்லாமே கனவா?' என்றாள்.

'எழுப்பிடாதே' என்றான் ஆனந்த்.

பல்தேய்க்க புது டூத் பிரஷ் இருந்தது. டவல்களில் ஆர்.எஃப் என்று அடையாளமிட்டிருந்தது. பளபளக்கும் சைனாவில் தேநீர். ஆவி லேசாக நடனமிட்டது.

'திஸ் இஸ் க்ரேட். ஏம்பா உம் பேர் என்ன?'

'அய்யா, ராம்தாஸ். ப்ரெக்ஃபாஸ்ட் எப்படிங்க, இட்லி தோசையா இல்லை டோஷ்ட்டு ஆம்லெட் கார்ன் ஃப்ளேக்ஸா?'

'என்ன இருக்கு?'

'இரண்டுமே இருக்குதுங்க! இங்க எல்லாமே உண்டுங்க! அய்யா, உங்க ரூம் அதோ இருக்குதுங்க. ஏ.ஸி. ஆன் பண்ணி இருக்குதுங்க. ஷவர்ல வெந்நீர் வரும்...'

அந்த அறையில் வார்டுரோபில் புதிய உடைகள் இருந்தன. திரையை விலக்கியதில் ஜன்னல் கண்ணாடி மூலம் பண்ணையின் முழுப்பரப்பும் தெரிய, தூரத்தில் ஒரு குட்டிக் குதிரை சுதந்தரமாக ஓடிக்கொண்டிருந்தது. திரும்பி, 'மீரா, பாத்தியா குதிரைக் குட்டி' என்றான்.

மீரா மெத்தென்ற படுக்கையில் போர்த்திக்கொண்டு படுத்துத் தூங்கிக்கொண்டிருந்தாள்.

அவளருகில் சென்று உட்கார்ந்து போர்வைக்குள் தன்னை நுழைத்துக்கொண்டான்.

பத்து மணி வரையில் தூங்கிவிட்டு எழுந்து குளித்து காலை உணவு உட்கொண்டு புதிதாக உறை பிரிக்கப்பட்டவர்கள்போல இருவரும் வீட்டுக்கு வெளியே வந்தார்கள். இயற்கையும் செயற்கையும் இரண்டறக் கலந்த அழகான பண்ணை. ஆலமரத் தடியில் சிமெண்டு வட்டத்தில் உட்கார்ந்து சதுரங்கம் ஆடினார் கள். அங்கிருந்து ஒற்றையடிப் பாதையில் நடந்து ராஜசேகரின் குதிரைகள் பயிற்சிக்கு உலவும் பகுதிக்கு வந்தார்கள். முதுகில் பட்டுப் போர்வையில் ஆர்.எஃப். என்று எழுதி அதனதன்

பெயருடன் குதிரைகள் வலம் வந்தன. நல்ல தாட்டியான பழுப்பு, கரும்பழுப்பு, கருப்புக் குதிரைகள். சில திடீர் திடீர் என்று சிரித்தன. சில தரையில் கால்படுவது தெரியாமல் துடிப்புடன் ஓடின. மீராவுடன் கைகோர்த்துக் கொண்டு ஆனந்த், 'கடைசில இங்க வந்தோம் பாத்தியா!'

'எப்படி ஆரம்பிச்சோம்?'

'முதல்ல பிருந்தாவன் எக்ஸ்பிரஸ்.'

'அப்பறம் லாரி.'

'அப்பறம் ஜோலார்பேட்டை பாசஞ்சர்.'

'அப்பறம் கர்நாடகா எக்ஸ்பிரஸ்.'

'அப்பறம் ஆட்டோ.'

'அப்பறம் திருட்டு ஸ்கூட்டர்.'

'மாருதி!'

'ஒண்ணுதான் பாக்கி.'

'என்ன, மாட்டு வண்டியா?'

'இல்லை. உன் முதுகில நான் சவாரி?'

'அதுக்கென்ன!' ஆனந்த் சட்டென்று அவளைத் தன் முதுகின் மேல் மூட்டைபோல ஏற்றிக்கொண்டு கொஞ்ச தூரம் நடந்தான். அவள் 'பயமா இருக்கு' என்றாள். 'விட்டுடு... ஐ மீன் விட்டுடுங்கோ.'

ஆனந்த் அவளைப் பிடிவாதமாகச் சுமந்து நடந்தான். 'ப்ளீஸ், ப்ளீஸ், உங்களால முடியாது.'

சட்டென்று வைத்து விட்டு.

'என்ன முடியாது!'

'தூக்க முடியாது. நான் கனம். அதனால சொன்னேன்.'

'என்னால ஒண்ணுமே முடியாது இல்லை?'

'சேச்சே, அப்படி யார் சொன்னா!'

‘இங்கிருந்து அந்த மரம் வரைக்கும் ஓட்டப்பந்தயம், யார் ஃபர்ஸ்ட் வரா பார்க்கலாம்.’

‘வேண்டாம்.’

‘கம் ஆன்!’

‘நிறைய ஓடியாச்சு!’

‘அப்ப வா, மறுபடி ரூமுக்கு போகலாம் லஞ்சுக்குள்ள சின்னதா ஒரு செஷன்.’

‘சே, இனிமே ராத்திரிதான்.’

‘நான் ரம்மி செஷன் சொன்னேன்.’

‘நீங்க ரம்மி ஆடுவீங்களா?’

‘எப்பவாது ஃப்ரண்ட்ஸ்கூட.’

‘காசு வெச்சு?’

அப்போது வானத்தில் பட் பட் பட் என்று சப்தம் கேட்டு இருவரும் நிமிர்ந்து பார்க்க ஒரு ஹெலிகாப்டர் இறங்கிக் கொண்டிருந்தது.

‘ஓ ஓ!’ அச்சத்துடன் பார்த்துக்கொண்டிருக்க, அந்த ஹெலிகாப்டர் சரேல் என்று மடங்கி ஒரு கோணத்தில் சரிந்து மிக மிக அபாயகரமாக இறங்கி, அதில் உட்கார்ந்திருந்த ஓட்டுநரின் ஹெல்மெட் நிறம் கூடத் தெரியும் அளவுக்குத் தாழ்ந்து மறுபடி உயரம் பிடித்து வானில் ஏறிப் புள்ளியாக மறைந்தது.

15

அந்த ஹெலிகாப்டர் அவர்கள் இருவரையும் நோக்கி சீய்த்து விட்டு இறங்கி ஏறி மறைந்தாலும் சற்று நேரம் ஆனந்தும் மீராவும் வியப்பாக அது போன திசையைப் பார்த்துக் கொண்டிருந்தார்கள்.

'நீங்க ரொம்பப் பெரிய ஆள் போல' என்றாள்.

'ஏம்மா அப்படி சொல்றே!''

'உங்களைத் தேடறதுக்கு ஹெலிகாப்டரே அனுப் பறான்னா!'

'அந்த பைலட் டாட்டா காட்டினான் பார்த்தியா?'

'இப்ப என்ன ஆகும்?'

'பழையபடி ஓட்டம்தான். நம்மை நிம்மதியா ஒரு இடத்தில அப்படி இருக்க விட்டுருவாளா? இவன் போய்ச் சொல்லி க்ஷண காலத்தில் இங்க போலீஸ் வரும்!'

'இங்கருந்து ஓடறதுக்கு திசைகூட இல்லையே! எங்க பார்த்தாலும் பண்ணையா இருக்கு. உங்க ளுக்குக் குதிரையேற்றம் தெரியுமா?'

'என்ன விளையாடறியா?'

'அடுத்தபடி தப்பிக்கிறதுக்கு இங்க குதிரையை விட்டா வேற வாகனம் இருக்கறாப்பல தெரியலை.

நான் நின்னுண்டே இருப்பேனாம். நீங்க பிருத்விராஜ் மாதிரி தக்டக் தக்டக்னு வந்து அப்படியே என்னை வாரி அள்ளிண்டு போகணுமாம்! வெரி வெரி ரொமாண்ட்டிக்' என்று சிரித்தாள்.

'எனக்குச் சிரிப்பு வரலை!'

'இப்ப எதும் பண்ண முடியாது. போலீஸ்காரங்க வரவரைக்கும் இங்க இருக்கிற சுகபோகங்களை அனுபவிக்கலாம்! பம்ப் தண்ணி கொட்டறது. அதில குளிக்கலாம்... அப்புறம் சாப்பிட லாம். வராந்தாவில் பிரம்பு ஊஞ்சல் தொங்கறது. அதில நீங்க என்னை உட்கார வெச்சு ஆட்டலாம். கம் ஆனந்த், லெட்ஸ் என்ஜாய். லைஃப் இஸ் ஷார்ட், ஜெயில் இஸ் வெயிட்டிங்!'

'அதுகூடச் சரிதான். முதல்ல உன்னையே பூரா பரிச்சயம் பண்ணிக்கலை. வா!' என்று அவள் கையைப் பற்றி அழுத்தினான். அவள் பதிலுக்கு இன்னமும் அழுத்த... ஒரு அவசரத்தில், ஒரு சஞ்சலத்தின் நிழலில் சந்தோஷம் கிடைக்கலாம் எனும் சாத்தியக்கூறு அவர்கள் ரத்தத்தை சூடு பண்ணியது.

'இப்பலருந்து இன்ஸ்பெக்டர் வர்ற வரைக்கும்... டோண்ட் கேர் மாஸ்டர்!'

அப்போது அவர்களை பண்ணை வேலைக்காரன் நெருங்கி, 'அய்யா, எல்லாம் ரெடியா இருக்குதுங்க.'

ஆனந்த் டோஸ்ட், மார்மலேடு, கார்ன் ஃப்ளேக்ஸ் போன்ற சமாசாரங்களை சுவைக்க, மீரா இட்லி மேல் நெய் வைத்து சட்னியில் ஒரு விள்ளல் சாம்பாரில் ஒரு விள்ளல் என்று சாப்பிட்டாள். 'திஸ் இஸ் டிவைன்!'

வராந்தாவில் உட்கார்ந்துகொண்டு காபி சாப்பிட்டார்கள். லேசாகக் குளிர் காற்று மீராவின் கன்னத்தை வருடி கூந்தலைக் கலைத்தது. புதிய புடைவை அணிந்திருந்தாள். ஆனந்த் பைஜாமா ஜிப்பா அணிந்திருந்தான். முதன் முறையாக ஷேவ் பண்ணியிருந்தான்.

'உங்களைப் பார்த்தா தபலா வித்வான் மாதிரி இருக்கு!'

'உன்னைப் பார்த்தா... வேண்டாம்.'

'என்ன சொல்லுங்க, யார் மாதிரி இருக்கேன்!'

‘மீரா மாதிரி!’

‘பொய்! வேற ஏதோ சொல்ல வந்தீங்க. நீங்க ரொம்பப் பொய் சொல்றீங்கன்னு நினைக்கிறேன். எனக்கென்னவோ நிஜமாவே நீங்க ஏதோ ஒரு சதியில் அல்லது குற்றத்தில் இன்வால்வ் ஆனவர்னு தோண்றது.’

‘எனக்குக்கூட!’

‘இது எல்லாம் முடிஞ்சப்புறம் ஒரு நாளில்லை ஒரு நாள் உண்மை வெளியில வராமலா போகும்? அப்ப மட்டும் நீங்க பொய் சொல்லிட்டு வந்திருக்கீங்கன்னு தெரிஞ்சா உங்களை அப்படியே கன் வெச்சு ஷூட் பண்ணிடுவேன்!’

‘அதுக்கு முன்னாடி ஒரு சில முக்கிய காரியங்கள் எல்லாம் நிறைவேறணும். உன் மூக்கை என் மூக்கால வெச்சுத் தேய்க்கணும். மார்பில நடு சென்டர்ல என் முகத்தைப் புதைச்சே ஆகணும். அப்புறம் காது நுனியைக் கடிச்சே ஆகணும்.’

‘எல்லாம் போலீஸ் வரதுக்குள்ளே நிறைவேற்றணும் இல்லை? வாங்க உள்ளே போயிடலாம்’ என்று கண்களில் விஷமத்துடன் சொன்னாள்.

ஏ.ஸி. அறையின் சிலிர்ப்பில் திரை தப்பி வந்த லேசான பகல் வெளிச்சத்தில் மீராவின் கூச்சமும் தயக்கமும் மெல்ல விலக, மிகுந்த விருப்பத்துடன் சம்மதத்துடன் இருவரும் பொருந்த.

‘இப்படி எல்லாம் இருக்கா என்ன’ என்றாள்.

‘மீரா! மீரா! மீரா!’ என்றான்.

இப்போது அறைக் கதவு தட்டப்பட்டது.

‘ஹூ இஸ் இட்’ என்றான் ஆத்திரத்துடன்.

‘அய்யா, போன்!’

மீரா சட்டென்று உடை திருத்திக்கொள்ள ஆனந்த் டிரஸ்ஸிங் கவுனை மாட்டிக்கொண்டு கதவை லேசாகத் திறந்து ஹாலுக்கு வந்தான். மேஜை மேல் போன் பிரித்து வைத்திருந்தது. வேலைக் காரனைக் காணோம்.

‘அலோ!’

சப்தமில்லை.

'அலோ ஓ!'

'குனிகல் 323. கால் ஃப்ரம் பங்களூர் ஸ்பீக் அப் சார். பார்ட்டி வெய்ட்டிங்.'

'அலோ ஓ!'

'ஹலோ. நான் ராஜசேகர். ஆனந்த்?'

'எஸ். சார்.'

'பத்திரமாப் போய் சேர்ந்திங்களா? எல்லாம் பிடிச்சிருக்கா? ஆர் யூ அல்ரைட்.'

'ஆல்ரைட் சார். ஆனா-'

'அங்க இருக்கற எல்லா வசதிங்களையும் யூஸ் பண்ணிக்கங்க. உங்க வீடு மாதிரி நல்லா சாப்பிடுங்க! என்ன...'

'சரி சார். ஆனா ஒரு எலிகாப்டர் வந்து...'

'எலியா?'

'எலி இல்லை சார். எலிகாப்டர்.'

'எலி இருக்காதே. அதுக்கெல்லாம் பெஸ்ட் கண்ட்ரோல் வந்து மருந்து அடிச்சிருக்காங்ளே!'

'எலிகாப்டர் சார். எலி இல்லை.' இப்போது ஆனந்த் நரம்பு புடைக்க இரைந்தான்.

'எலிகாப்டரா?'

'ஆமாம். ஒரு எலிகாப்டர் வந்து எங்க ரெண்டு பேரையும் வேவு பார்த்தது.'

'என்ன சொல்ற, வேவா அலையா? சரியாக் கேக்கலை. கொஞ்சம் சத்தமாப் பேசு!'

'சார் வந்து... போலீஸ் வந்து எலிகாப்டர் மூலமா...'

'த்ரீ மினிட்ஸ்.'

‘ஆனந்த் வெச்சுரவா! வீக் எண்டுக்கு வருவேன். வேற ஏதாவது வேணுமா?’

‘அதுவரைக்கும் நாங்க இருப்போம்னு தோணலை.’

‘வெரிகுட் வெரிகுட்! பை! என்ஜாய் யுவர்செல்ப். ராஜுகிட்ட சொல்லிர்றேன், என்ன?’

ஆனந்த் டெலிபோனை விரக்தியுடன் வைத்தான்.

‘யாரு?’

‘ராஜசேகர்! அவர் பேசறது எனக்கு கேக்கறது. நான் பேசறது அவருக்கு கேக்கலை. எலிகாப்டர்னா எலிங்கறார்!’

சொல்லியாச்சோல்லியோ?’

‘சொன்னேன்! ஆனா, போய்ச் சேரலை செய்தி!’

‘அதான் தீர்மானிச்சாச்சே. போலீஸ் வரவரை இங்க இருக்கலாம். அவ்வளவுதான்!’

வேலைக்காரன் திரும்ப வந்து ‘அய்யா, காபி டிபன் எப்ப?’ என்றான்.

‘தின்னே தீர்த்துருவாங்க போல இருக்கே.’

‘கொண்டுவாப்பா! முந்திரிப்பருப்பு இருக்கா?’

‘இருக்குங்க. பாதாம் அக்ரூட் எல்லாம் இருக்கு.’

‘வா அக்ரூட் சாப்பிடலாம்.’

மாலைவரை போலீஸ் வரவில்லை. ‘என்னது இன்னும் அவங்களைக் காணம்?’

‘எவங்களை?’

‘அதான் போலீஸ்!’

‘அதைப்பத்தி மறந்துரலாம்னுதானே சொன்னேன். எதுக்காக திருப்பித் திருப்பி... அவங்க வரப்ப வரட்டும். இந்த டிரஸ் எப்படி இருக்கு எனக்கு?’

‘டிரஸ்லயும் அழகா இருக்கே, டிரஸ் இல்லாமயும் அழகா இருக்கே!’

‘சே, எப்பப் பார்த்தாலும் இப்படி.’

‘நீதானே சொன்னே பயமே இல்லைன்னு.’

‘அதுக்குன்னு? இப்படியா மூச்சுத் திணர்றா மாதிரி.’

‘இன்னும் இருக்கு பாரு!’

‘ரொம்ப அனுபவமா?’

‘இல்லை மீரா. ரெண்டு பேரும் இந்த வினோத அனுபவத்துல சக பிரயாணிகள். நீ கண்டுபிடிக்கறாப்பல நானும் கண்டுபிடிக்கறேன்!’

வேலைக்காரன் அஞ்சரைப் பெட்டி போன்ற ஒரு அமைப்பில் பாதாம் அக்ரூட் என்று அத்தனை தினுசுகளும் கொண்டு வைத்து மரியாதையுடன் பின்வாங்கினான்.

‘இந்த வேலைக்காரங்க எல்லாம் எத்தனை மௌனமா காணாமப் போறாங்கப் பாரு!’

‘வாங்க கொஞ்ச அலையலாம்.’

இருவரும் கை கோர்த்துக்கொண்டு வீட்டை விட்டு வெளிவந்து குதிரைப் பண்ணையூடே நடந்து கடலை பயிரிட்டிருந்த வயல் களைப் பிளந்த பாதையில் கடந்து பண்ணையின் விளிம்புக்கு வந்தனர். எங்கிருந்தோ வந்த ஒரு சிற்றாறு லேசான இரைச்ச லாகக் கலகலவென்று கடக்க, மரத்தின் மஞ்சள் பூக்கள் உதிர்ந்த சரிவில் உட்கார்ந்து கால்களை நீரில் சிலுப்பினர்.

‘பாடணும் போல இருக்கு!’ என்றான்.

‘வேண்டாம். உங்க குரல் பாட்டுக்குச் சரிப்பட்டு வரும்னு தோணலை.’

‘அப்ப ஒண்ணு செய்யறேன். அப்படியே உன்னை மல்லாக்க வெச்சு மூச்சு முட்டறாப்பல ஒரு முத்தம் கொடுக்கறேன்!’

‘உங்களுக்கு முத்தம் கொடுக்கச் சரியா வரலை. என்னவோ போட்டு அழுத்துறீங்க, ஜூஸ் பிழியறமாதிரி.’

‘பின்ன எப்படி முத்தம் கொடுக்கறதாம். சொல்லேன்.’

‘எனக்கு என்னவோ முத்தம் பிடிக்கலை. மத்ததெல்லாம் பரவால்லை.’

'இப்பப் பாரு' என்று அவளை முற்றுகையிட்டு மடக்கியபோது-

'என்னய்யா!' என்றான். மீரா சட்டென்று தன்னை விடுவித்துக் கொண்டு திரும்பிப் பார்த்ததில் வேலைக்காரன் ஓசைப்படாமல் வந்து நின்றுகொண்டிருந்தான்! 'அய்யா, போலீஸ் ஆபீசர் வந்திருக்காங்க. உங்களை பார்க்கணுமாம்.'

'போச்சுரா, வந்தாச்சா?'

'காத்திருக்காங்க. இங்க அழைச்சுட்டு வரட்டுமா?'

'வேண்டாம்பா, நாங்களே வர்றோம்னு சொல்லு.'

'அவன் போனதும், இருவரும் பார்த்துக்கொண்டார்கள். 'வெல்! இப்ப என்ன?'

'என்னடாது எட்டு மணி நேரம் நிம்மதியா விட்டுட்டாங் களேன்னு பார்த்தேன்.'

'என்ன பண்ணலாம் மீரா! மறுபடி ஓட்டமா?'

'உங்களுக்கு நீஞ்சத் தெரியுமே. ஆற்றில் இறங்கி இப்படியே நீச்சலடிச்சுண்டு போயிடுங்கோ! அது ஒண்ணுதான் பாக்கி. இல்லை. போலீஸ் ஜீப்பையே திருடலாம்!'

'சே! என்ன விஷயம்னே தெரியமாட்டேங்கறது.'

'வாங்க போகலாம். முதல்ல அவங்களைச் சந்திக்கலாம்.'

'இல்லை மீரா, ஓடிரலாம்.'

'டோண்ட் பி சில்லி. இத்தனை பெரிய பண்ணையில போலீஸ் கூட ஓடிப்பிடிச்சு விளையாட எனக்கு திராணி இல்லை. நீங்க வேணா ஓடுங்க. டுமீல் டுமீல்னு சுடுவா!'

'சரி, என்ன செய்யலாம்?'

'போய் அவங்களை முதல்ல மீட் பண்ணலாம்.'

'கிருஷ்ணா!'

இருவரும் எழுந்து பண்ணை வீட்டை அணுக, வாசலில் போலீஸ் ஜீப் நின்று கொண்டிருந்தது. அருகே இரண்டு கான்ஸ்டபிள்கள் தோளில் கே.பி. என்று எழுதியிருக்க ரேடியோ அவ்வப்போது கமறியது.

இன்ஸ்பெக்டர் வராந்தாவில் நாற்காலியில் உட்கார்ந்து கொண்டு டீ அருந்திக் கொண்டிருந்தார். அவர்கள் இருவரும் அணுகு வதைப் பார்த்ததும் எழுந்து நின்றார். 'மிஸ்டர் ஆனந்த்.'

'எஸ்!'

'ஐ'ம் இன்ஸ்பெக்டர் சோமப்பா. குனிகல் போலீஸ் ஸ்டேஷன். ஏம்பா, இந்த போன் வேலை செய்யலையா?'

'பார்க்கலிங்களே!'

'அப்பலேர்ந்து கால் போட்டேன். கிடைக்கலை. லைன் யாராவது கட் பண்ணிருப்பாங்க!'

ஆனந்த் தயக்கத்துடன் அவர் அருகே வந்தான். இன்ஸ்பெக்டர் மீராவைப் பார்த்து, 'திஸ் இஸ் மீரா, உங்க மிஸஸ்?'

'ஆமாம்.'

'ப்ளீஸ்டு டு மீட் யூ!'

இது மற்றொரு ரகம் போலும் என்று எண்ணிக்கொண்டு ஆனந்த், 'சரி, சரி, நீங்க எதுக்கு வந்திருக்கீங்க தெரியும் சார். நாங்க என்ன பண்ணணும் சொல்லுங்க.'

'பெக் யுர் பார்டன்.'

மீரா, 'இன்ஸ்பெக்டர், நாளைக்கி காலைவரை டயம் கொடுப்பீங் களா?'

'எதுக்கு?'

'எங்களைக் கைது பண்றதுக்கு?'

'உங்களைக் கைது பண்றதா? என்ன புதுசா சொல்றிங்க?' என்று இன்ஸ்பெக்டர் புன்னகைத்தார்.

16

இன்ஸ்பெக்டர் சோமப்பா ஸ்டாலின் மீசை வைத்து அடர்த்தியான புருவங்களும் கருகரு வென்ற கண்களுமாக இருந்தார். அவரது புன்னகை யில் ஆனந்துக்கு அவ்வளவு ஒன்றும் நம்பிக்கை பிறக்கவில்லை. மீராதான் சற்று வியப்புடன், 'பின்ன, நீங்க எதுக்கு வந்திருக்கீங்க?'

'நீங்க இங்கதான் இருக்கீங்களான்னு விசாரிச்சுட்டு வரச்சொன்னாங்க.'

'யாரு?'

தன் குறிப்புப் புத்தகத்தை எடுத்துப் பார்த்து, 'ஒன் மிஸ்டர் ராஜா. பாம்பேலேர்ந்து கால் போட்டாங் களாம். பண்ணை போன் அவுட் ஆஃப் ஆர்டராம். அதனால் போலீஸ் ஸ்டேஷனுக்கு கால் வந்தது. அஞ்சு மணிக்கு மறுபடி கூப்பிடறதாச் சொன்னார்.' கைக்கடிகாரத்தைப் பார்த்து, 'கூட்டிட்டுப் போகலாம்னு வந்தேன்.'

'ராஜாவா ராஜுவா?'

'ராஜான்னுதான் எழுதியிருக்கேன்.... ஆமா நீங்க ஏன் அரஸ்ட் பண்ண வந்தேன்னு நினைச்சிங்க?'

'அது வந்து... சார்..'

மீரா குறுக்கிட்டு, 'போலீஸ்னாலே அரஸ்ட் பண்ணத்தான் வரு வாங்கன்னு பொதுவா ஒரு அபிப்பிராயம் இருக்கிறதில்லையா?'

சோமப்பா மறுபடி புன்னகைத்து, 'வரீங்களா?' என்றார்.

ஆனந்தும் மீராவும் ஒ.ஒ. பார்த்துக்கொண்டனர்.

'என்ன?'

'ஒரு நிமிஷம் டிரஸ் சேஞ்ச் பண்ணிட்டு வந்துர்றோம்' என்றான்.

'தாராளமா, ஐ'ல் வெய்ட்.'

வேலைக்காரன் மற்றொரு கப் தேநீர் கொண்டுவந்து தர, 'ஏம்பா அந்த ஸ்பெஷல் பிஸ்கட் இருக்குமே... அதைக் கொண்டு வா.'

ஆனந்தும் மீராவும் உள்ளே வர, ஆனந்த் 'எனக்கு என்னவோ நம்பிக்கையா இல்லை' என்றான்.

'இப்ப அவர் பின்னால போய்த்தான் ஆகணும்.'

'முறையை மாத்தியிருக்காங்க. அரஸ்ட் பண்ணி மறுபடி பங்களூர் கூட்டிட்டுப் போகத்தான் போறாங்க.'

மீரா போனை எடுத்து, 'நிஜமாவே டெட்' என்றாள்.

'பிடுங்கி விட்டிருப்பாங்க! சரி, வா. இனி எதும் செய்யறதுக் கில்லை. அவர் பின்னால போகவேண்டியதுதான்.'

'ராஜு பேர் சொல்றார். பம்பாய்ங்கறார்!'

'எல்லாம் தெரிஞ்சு வெச்சுண்டு இருப்பா! இது எல்லையே இல்லாத மிஸ்டரி!'

இருவரும் உடை மாற்றிக்கொண்டு வெளியே வர, இன்ஸ்பெக்டர் முன் சீட்டில் உட்கார, அவர்கள் பின்னே எதிர் எதிரே உட்கார்ந்துகொண்டு ஜீப்பில் பண்ணையை விட்டு விலகினர். 'கடைசியாப் பார்த்துக்க, ஒரு முழு நாள் நல்ல அனுபவம். மறக்கமுடியாத பண்ணை.'

புழுதி நிறைந்த பாதையை விட்டு விலகி நெடுஞ்சாலைக்கு வந்து குனிகல் டவுனை நோக்கிச் சென்றது. பஞ்சாயத்து அலுவலகம், சினிமா, கடைத்தெரு என்று வரிசையாகக் கடந்தபின் அரை வட்ட வாசலில் சிவப்பில் எழுதப்பட்ட காவல் நிலையத்தை அடைந்தனர்.

‘வாங்க, உக்காருங்க. ஏம்பா, கான்ஸ்டபிள் பம்பாய் கால் வந்ததா?’

‘வந்ததுங்க. மறுபடி அரை மணியில் போன் பண்றதாச் சொன்னாங்க.’

‘சிட் டவுன் ப்ளீஸ்!’’ என்று இன்ஸ்பெக்டர் அவர்களை ஒரு அறையில் உட்கார வைத்துவிட்டு, ‘எனக்கு ஒரு வேலை இருக்கு. கான்ஸ்டபிள் கால் வந்ததும் சொல்வார்’ என்று விலகிச் சென்றார்.

குற்றங்கள் பட்டியல் எழுதியிருந்த பலகைக்கு அருகே விலங்கு பொருத்தப்பட்டு ரைஃபிள் துப்பாக்கிகள் சங்கிலித் தொடரில் இணைந்திருக்க லாக்-அப் ரூமில் ஒருவன், ‘அய்யா ஒரு பீடி இருக்குமா’ என்று கேட்டான்.

‘ஸாரி, நான் குடிக்கிறதில்லைப்பா. பழக்கமில்லை.’

ஜன்னலுக்கு வெளியே நெடுஞ்சாலை. பஸ் நிலையம். சிவப்பு கே.எஸ்.ஆர்.டி.ஸி. பஸ்கள் நின்று புறப்பட்டுக் கொண்டிருந்தன.

அவற்றில் பெரும்பாலானவற்றின் நெற்றியில் ‘பங்களூர்’ என்று எழுதியிருந்தது.

ஆனந்தும் மீராவும் பார்த்துக்கொண்டார்கள். லாக்கப்பில் பீடி கேட்டவன், ‘அய்யா, ராத்திரி ரொம்பப் போட்டு அடிக்கிறாங் கய்யா. யார்கிட்டயாவது சொல்லுங்க!’ என்றான். அவன் முகத்தில் ஒரு வார தாடி முள்ளாக இருந்தது. கான்ஸ்டபிள் சுறுசுறுப்பாக எழுதிக்கொண்டிருந்தவர், ‘சும்மா இரு. புலம் பாதே’ என்று அதட்டினார்.

‘எனக்கென்னவோ பம்பாய் கால் வரும்னு தோணலை. இன்ஸ்பெக்டர் யாரையோ பெரிய அதிகாரியை அழைச்சுட்டு வரத்தான் போயிருக்கணும்.’

‘அப்படித்தான் தோண்றது.’

‘இல்லை. வாரண்ட் கீரண்ட் கொண்டுவரப் போயிருப்பாரோ?’

‘இப்ப என்ன பண்றது’ என்று ஜன்னல் வெளியே பஸ்கள் வந்து நிற்பதைப் பார்த்தாள். ஆனந்தும் பார்த்தான்.

‘நான் நினைக்கிறதையே நீயும் நினைக்கிறியா?’என்றான் சன்னமாக!

'ஆமாம்!'

'கான்ஸ்டபிள்...' அவர்கள் கான்ஸ்டபிளைப் பார்த்தபோது அறை வாசலில் மேசை போட்டு எழுதிக்கொண்டிருந்தார். அவரைக் கடக்காமல் வெளியே போக முடியாது.

பஸ்கள் வந்த வண்ணம், நின்ற வண்ணம், புறப்பட்ட வண்ண மிருந்தன.

'மூஞ்சி முன்னாலயே பங்களூர் பஸ்!'

'ஷ் ஷ்'

'அய்யா, ஒரு சிகரெட்டு இருக்குமா. சிகரெட் குடிப்பிங்களா?' என்றான் லாக்-அப்!

'இல்லப்பா!'

அப்போது இருவர் அவசரமாக நுழைந்து,'எல்லி சோமப்பா அவரு?' என்றனர்.

'ஏம்பா!'

அதற்குள் இன்னும் இன்னும் என்று மளமளவென்று பலர் காவல் நிலையத்துக்குள் நுழைந்துவிட அவர்கள் கலவரமான கன்னடப் பேச்சு சரியாகப் புரியவில்லை என்றாலும் ஏதோ அடிதடி என்பது தெரிந்தது. இரண்டு பேர் புதிய சட்டையில் ரத்தத்துடனும் ஒருவன் மண்டைக் காயத்துக்கு அவசர பாண்டேஜுடனும், சண்டை போட்டவர்கள் என்று தெரிந்தது. கான்ஸ்டபிள் அவர்களை மற்றொரு விசாலமான அறையில் பெஞ்சு போட்டி ருந்த இடத்துக்கு அழைத்துச் செல்கையில் ஆனந்த்-மீராவுக்கு தப்பிக்கும் கணம் கிடைத்தது. சந்தடி சாக்கில் நழுவி காவல் நிலையத்துக்கு வெளியே வந்தார்கள். சொல்லி வைத்தது போல ஒரு பஸ் வந்து நிற்க அதில் ஏறிக்கொண்டு கடைசி சீட்டின் கடைக் கோடியில் இருவரும் உட்கார்ந்தார்கள். பஸ் கண்டக்டர் மெல்ல ஆதியாரம்பத்திலிருந்து டிக்கெட் கொடுக்கத் தொடங்க டிரைவர் இறங்கி எதிர்க்கடையில் ஒரு சோடா குடித்துவிட்டு நிதானமாக பத்திரிக்கை பார்க்கத் தொடங்கினார்.

'அய்யோ! புறப்படமாட்டானோ! ஏங்க இந்த பஸ் எப்பப் புறப்படும்?'

கேட்கப்பட்டவர் திரும்பிப் பார்த்ததுடன் சரி, பதில் சொல்ல வில்லை.

கண்டக்டர், ஒவ்வொருவரும் நீட்டிய நோட்டுக்களை பல்வேறு விரல் இடுக்குகளில் வைத்துக்கொண்டு மெல்ல மெல்ல டிக்கெட் கொடுக்க, ஆனந்த் வெளியே பார்த்தான். இப்போது கலாட்டா கூட்டம் அதிகரித்திருந்தது. இன்ஸ்பெக்டர் சோமப்பா இன்னும் வரவில்லை என்பது தெரிந்தது. அதற்குள் இந்தப் பாழாய்ப் போகிற பஸ் கிளம்பிவிட்டால் நல்லது. டெலிபோன் தொணதொணவென்று அடித்துக் கொண்டிருந்ததை எடுக்க ஆளில்லை. கண்டக்டர் அவர்களிடம் வந்தபோது மீரா தன் கைப் பையிலிருந்து நூறு ரூபாய் நோட்டு எடுத்து, 'இரண்டு பங்களூர்' என்றாள்.

'சில்லரையாகக் கொடுங்கள். எல்லோரும் நோட்டாகக் கொடுத்தால் எப்படி!'

'ஸாரி!'

'சில்லரை வாங்கிக்கொண்டு வாருங்கள். பஸ் புறப்பட இன்னும் சமயமிருக்கிறது.'

ஆனந்த் மீராவைப் பார்த்தான். 'நான் போய் எதித்தாப்பல ஹோட்டல்ல மாத்திண்டு வரேன்.'

'சீக்கிரம் வந்துருங்கோ.'

ஆனந்த் பஸ்ஸை விட்டு இறங்கி அந்த உடுப்பி ஓட்டலுக்குச் சென்று, 'ப்ளீஸ் கிவ் மீ சேஞ்ச்' என்று கல்லாவில் உட்கார்ந்திருந் தவரைக் கேட்க அவர் பத்து அழுக்கு நோட்டுக்கள் கொடுத்தார். அப்போது பத்திரிகை பார்த்துக் கொண்டிருந்த டிரைவர் திடீர் என்று தீர்மானித்து டிரைவர் சீட்டில் எவ்வி ஏறிக்கொண்டு வண்டியைக் கிளப்பி புறப்பட்டார்.

மீரா சன்னல் வழியாக எட்டிப் பார்த்து, 'ஆனந்த் ஆனந்த்!' என்று அழைத்து, 'சீக்கிரம், சீக்கிரம்' என்றாள். ஆனந்த் பஸ்ஸை அடையுமுன் அது முழுவதும் புறப்பட்டு வேகம் பிடித்து சாலையில் விரைந்தது. ஆனந்தின் கண் பார்வையிலிருந்து மறைந்தது.

சற்று நேரம் அதன்பின் ஓடிப்பார்த்து அதில் பயனில்லை என்று உணர்ந்து தவித்து நின்றான். என்ன செய்வது? சுற்றும் முற்றும் பார்த்தான். அருகே நின்றவரிடம், 'அந்த பஸ், அந்த பஸ்' என்றான். ஒரு ஆட்டோ ரிக்ஷாவில் பாய்ந்து, 'அந்த பஸ்ஸில்

என் மனைவி போகிறாள். என்னை விட்டுவிட்டுப் போய்விட்டது' என்று அவசரமாகச் சொல்ல அந்த ஆட்டோ இளைஞன் உற்சாகமாகப் புறப்பட்டு அத்தனை ஜன நெருக்கத்தின் ஊடே சர்ர் சர்ர் என்று வளைந்து நெளிந்து அதைத் துரத்தினான்.

ஒரு கிலோமீட்டர் போயிருக்க மாட்டார்கள். பஸ் நடு ரோட்டில் நின்றுகொண்டிருந்தது. அதிலிருந்து மெல்ல மீரா இறங்கிக் கொண்டிருக்க, அவளருகில் ஆட்டோவை அந்த இளைஞன் நிறுத்தினான். மீரா அவனைக் கண்டதும், 'ஆனந்த், நல்லவேளை வந்து சேர்ந்திங்க, வாங்க உள்ளே' என்றாள்.

ஆட்டோக்காரருக்கு பத்து ரூபாய் அநியாயமாகக் கொடுத்து விட்டு ஆனந்த் பஸ்ஸில் ஏறிக்கொள்ள மீரா கண்டக்டரிடம், 'தாங்க்ஸ்பா, வந்துட்டாரு!' என்று சொல்ல பஸ் மீண்டும் புறப்பட்டது.

'நிறுத்து நிறுத்துன்னா நிறுத்தவே மாட்டேங்கறான்! டிரைவர் அவன் பாட்டுக்கு போயிண்டே இருக்கான். அப்புறம் வீல்னு ஒரு அலறு அலறினேன் பாருங்கோ! அப்படியே நடுரோடில் நிறுத்திட்டான்! ரொம்ப மோசம் நீங்க! ஒரு காரியமாவது உருப்படியாச் செய்யமாட்டீங்களா!'

'எனக்கு என்ன தெரியும், இப்படி திடீர்னு புறப்படுவான்னு.'

'சரி சரி, டிக்கெட் வாங்குங்க. அப்புறம் சண்டை போட்டுக்கலாம்.'

'ரெண்டு பெங்களூர்ப்பா!'

கண்டக்டர் டிக்கெட் கிழித்துக் கொடுக்க, 'பண்ணைல ரெண்டு மூணு நாளாவது நிம்மதியா இருக்கலாம்னு நினைச்சேன்!'

'பேசாம பங்களூர் போன கையோட பஸ்ஸையோ ரெயிலையோ பிடிச்சு மெட்ராஸ் போயிடலாம். அப்பத்தான் நிம்மதி!'

பஸ் கரும்பு வயல்களின் ஊடே வேகம் பிடித்து தொடர்ந்து ஆரன் அடித்துக் கொண்டே லாரிகளையும் கார்களையும் கடந்து பதற்றமாகச் சென்றது.

ஜன்னல் காற்று மீராவின் முகத்தில் விளையாடி கூந்தலைக் கலைத்தது. ஒரு முறை இருவரும் பார்த்துக்கொண்டனர்.

'பைத்தியம் மாதிரி ஓடறோம்!' என்றான்.

'எனக்குப் பழகிப்போய்டுத்து. இப்பல்லாம் பயம்கூட இல்லை. ஓடறதுன்னு தீர்மானிச்சாச்சுன்னா எத்தனையோ சந்தர்ப்பங்கள், எத்தனையோ வாகனங்கள்.'

'என்ன எண்றே!'

'இதுவரைக்கும் ரயில், ஆட்டோ, ஸ்கூட்டர், ஜீப்... எத்தனை வாகனம் ஆச்சு!'

'பஸ் இப்ப!'

'லாரியை விட்டுட்டமே!'

'ஸாரி' என்று சிரித்தான்.

மற்ற பிரயாணிகள் கவனத்தை ஈர்க்காத மூலையோ மூலை. அதில் அவள் மடிமேல் கைவைத்துப் பற்றி இறுக்கினான். அவள் நகத்தால் அவனைக் கீறினாள். 'விஷமம்!' என்றாள்.

அவள் எதிர்ப்பை மீறி அணைத்தான். 'அய்யோ! பஸ்ஸே திரும்பிப் பார்க்கறது!'

'பார்க்கட்டுமே. என் பெண்டாட்டிதானே!'

'நான் மறுபடி அலறுவேன்!'

'அலறு!'

'நிஜமாவே! இதுக்கெல்லாம் நேரம் பொழுது கிடையாதா!'

'கிடையாது. உன் விரலைக் கொண்டா. பசிக்கிறது!'

இப்போது வேகமாகச் சென்றுகொண்டிருந்த பஸ் ஒரு மூலை திரும்பியதும் சட்டென்று ப்ரேக் போட்டு நின்றது.

சாலைக்குக் குறுக்கே தடை அமைத்து ஒரு போலீஸ் ஜீப் நின்று கொண்டிருக்க, இன்ஸ்பெக்டர் சோமப்பாவும் மற்றொருவரும் பஸ்ஸுக்குள் நுழைந்தனர்.

17

ஆனந்த் மீராவைப் பார்த்து, 'இப்ப என்ன?'

'ஜன்னல் வழியாக் குதிக்கலாம்னா, சின்னது.'

'எமர்ஜன்ஸி எக்ஸிட்னு போட்டிருக்கானே, இதை வேணா திறந்து பார்க்கலாமா?'

'இது வேலை செய்யும்னு தோணலை.'

இன்ஸ்பெக்டர் சோமப்பா முன் சீட்டிலிருந்து தொடங்கி வரிசை வரிசையாகப் பார்த்துக் கொண்டே வந்தார். பின்புற வாயில் அருகில் ஒரு கான்ஸ்டபிளும் மற்றொரு சிவில் அதிகாரியும் வழியை அடைத்திருந்தார்கள். தப்பிக்க மார்க்கமே இல்லை. பறந்து சென்றால்தான் உண்டு.

சோமப்பாவின் அருகில் இருந்த மற்றொரு கான்ஸ்டபிள் பைகளைச் சோதித்துக்கொண்டே வந்தார். அது எதற்கு என்று ஆனந்த்துக்குப் புரியவில்லை.

கடைசியாக அவர்கள் இருவரும் வீற்றிருக்கும் வரிசைக்கு வந்தபோது ஆனந்தைப் பார்த்து இன்ஸ்பெக்டர் ஆச்சரியத்துடன், 'என்ன இங்க இருக்கீங்க! போன் கால் வந்ததா?'

'ஆ... ஆமாம். வந்தது வந்தாச்சு' என்று குளறினான்.

‘இப்ப எங்க பஸ்ல போறீங்க!’

‘மறுபடி... அதாவது வந்து பண்ணைக்கு... பங்களூருக்கு.’

‘இறங்குங்க!’

இருவரும் ஒருவரை ஒருவர் பார்த்துக் கொள்ள.

‘இறங்குங்க. நான் கொண்டுவிடறேன்...’ என்று புன்னகையுடன் ‘நம்ம வண்டில போகலாம். பஸ் எல்லாம் எதுக்கு?’

ஆனந்த், மீரா, இருவரும் எழுந்து நின்று இறங்கிக்கொள்ள.

‘இவாகிட்டருந்து தப்பிக்கவே முடியாது மீரா. மறுபடி லாக்-அப்தான்!’

‘எனக்கும் அலுத்துப் போச்சு. பேசாம நம்ம விதிப்படி நடக்கறது நடக்கட்டும்னு விட்டுரலாம்! அவ்வளவுதான். ஐ கிவ் அப்!’

‘கொஞ்சம் ஜீப்பில் உக்காந்திருங்க, வந்துர்றேன்! வேலை முடிஞ்சு போச்சு!’

ஜீப்பின் அருகில் இருவரும் நிற்க, டிரைவர்-கம்-கான்ஸ்டபிள் அவர்களை - குறிப்பாக மீராவையே பார்த்துக்கொண்டிருந்தார். மீசையைத் தடவிக்கொண்டார்.

இன்ஸ்பெக்டர் சோமப்பா பஸ்ஸை விட்டு இறங்கி ஒருவனை கழுத்தில் சவுக்கம் போட்டு இழுத்து வந்தார்.

‘இவன்தான் மிஸ்டர் ரகுவீர்!’ என்று அருகில் இருந்த அதிகாரியிடம் ஒப்படைத்துவிட்டு ஆனந்தை நோக்கி வந்தார். ‘என்ன இப்படி சொல்லாம கொள்ளாம புறப்படப் பார்த்தீங்க. நீங்க எங்க விருந்தாளிங்க இல்லையா. உங்களை அத்தனை சுலபமா விட்டுர்றதா! நம்ம வண்டில கொண்டு செல்ல வேண்டாமா?’

‘மீரா, ‘அ... அது வந்து... ’ என்று ஆரம்பிக்க.

‘ட்ரங்க் கால் வந்ததா! அவர் ரொம்ப ஒர்ரிடா இருந்தாரே!’

‘வந்தது! சரியாக் கேக்கலை!’

‘மறுமுறை செய்துட்டா போவுது. ஏறிக்கங்க! இந்த எக்ஸைஸ் கேஸ்... முடிச்சுட்டு ஒரு நிமிடத்தில் கிளம்பிர்றேன்.’

அவர் அடுத்த பஸ்ஸை நிறுத்தச் சென்றபோது, 'என்ன கிண்டலாப் பேசறான் பார்த்தியா மீரா.'

'எனக்கு என்னவோ அவர் சாதாரணமாப் பேசறாப்பலதான் தோண்றது.'

'புரியலை.'

'எனக்கும் புரியலை. என்னமோ நம்மை விட்டுறப் போறார்னு தோண்றது!'

'ஹ! எல்லாம் ட்ரிக்கு. அவங்க பல்வேறு முறைகள்ல ஒண்ணு! அதட்டுவான் கொஞ்சுவான் கொஞ்சுவான் மிஞ்சுவான்!'

'எல்லாம் அநுபவமோ!'

'நீ வேற! புஸ்தகத்தில் படிச்சதுதான்!'

இன்ஸ்பெக்டர் வந்ததும் ஜீப் புறப்பட, இருவரும் அசட்டுத் தனமாக போலீஸ் நிலையத்துக்குத் திரும்ப வந்தபோது மாலை நெருங்கிக் கொண்டிருந்தது. நிலையத்தில் கூட்டம் குறைந்திருந் தது. எட் கான்ஸ்டபிள் இவர்களைப் பார்த்து, 'எங்க காணாமப் போயிட்டிங்க. உங்களுக்கு ட்ரங்க் கால் இருமுறை வந்தது!'

'அதான் பேசிட்டாங்களே!' என்றார் இன்ஸ்பெக்டர்.

'என்ன பேசினாங்க!'

'என்ன மிஸ்டர் ஆனந்த்! புரியலை!'

'சார் அது வந்துங்க...' மீரா குறுக்கிட்டு, 'சார், எங்களை மன்னிச்சுருங்க! நாங்க தப்பிக்கத்தான் முயற்சி பண்ணினோம்.'

'தப்பிக்கவா? எதில இருந்து?'

'உங்ககிட்ட இருந்து.'

'எங்கிட்ட இருந்தா!'

'அதாவது போலீஸ்கிட்டருந்து. நீங்க எங்களைக் கைது பண்ணத் தானே பண்ணைக்கு வந்தீங்க!'

இன்ஸ்பெக்டர் சோமப்பா ஒரு முறை மூக்கை தன் விரலால் உறுதிப்படுத்திக் கொண்டார். 'வெய்ட் எ மினிட், வெய்ட் எ

மினிட்! நான் உங்களைக் கைது செய்ய வந்ததா யார் உங்ககிட்ட சொன்னது?'

'அதுக்குத்தானே வந்தீங்க?'

'சே மிஸ்டேக்! டெரிபிள் மிஸ்டேக்! நான் வந்தது உங்களுக்கு பம்பாய்ல இருந்து டிரங்க் கால் போலீஸ் ஸ்டேஷன்க்கு வரப் போவுதுன்னு உங்ககிட்ட தகவல் சொல்லி உங்களை ஸ்டேஷனுக்கு தருவிக்கிற ஒரு சிறிய எளிய சமூகப் பணிக்கு. நீங்க என்ன நினைச்சிங்க?'

'அரஸ்ட் பண்ணி லாக்-அப்பில் வெக்க!'

'எதுக்கு? எதுக்கு? குற்றம் என்ன?'

'அது என்னவோ சார். சென்ற ஒரு வாரமா உங்க ஆளுங்க எங்க ரெண்டு பேரையும் துரத்தோ துரத்துன்னு துரத்தறாங்க. நாங்க ஓடிக்கிட்டே இருக்கோம்!'

'அப்படியா! ஆச்சரியமா இருக்குதே! ஒரு நிமிஷம்!' அவர் அடுத்த அறைக்குச் சென்று டெலிபோனை எடுத்தார்.

மீரா ஆனந்தை அதட்டலாகப் பார்த்து, 'எதுக்காக நம்ம பழைய கதையெல்லாம சொன்னீங்க அவர் கிட்ட. இப்ப நம்மை விடமாட்டார்!'

இன்ஸ்பெக்டர் திரும்ப வந்து, 'உங்க பாம்பே கால் வந்திருக்கு. வாங்க!'

அடுத்த அறைக்கு ஆவலுடன் சென்ற ஆனந்த் போனை எடுத்தான். 'ஹலோ ஆனந்த் ஸ்பீக்கிங்!'

'அடேய் ஆனந்தா, பழி! எங்க இருக்கே. என்ன ஆச்சு!'

'ராஜு மாமா, அய்யோ அது பெரிய கதை!'

'சொன்னான். ராஜசேகரன் சொன்னான்! நான் டி.ஜி.யோட பேசிட்டேன். கர்நாடகா டி.ஜி.யோடயும் அவர் பேசியாச்சு. எல்லாமே ஏதோ தப்பு! எ க்ரேட் மிஸ்டேக். குழப்பம். வழக்கம் போல போலீஸ்காரங்க குழப்பம். எதுக்கு, எதனாலன்னு தெரியலை. இருந்தாலும் என்னைப் பொருத்தவரையில் 'இட்ஸ் ஆல் கிளியர்'. உம்மேல எந்தக் குற்றமும் குற்றச்சாட்டும்

கிடையாது. இந்த ராஸ்கல்களை அப்புறம் கவனிச்சுக்கலாம். என் ஃப்ரெண்டு கணேஷ்னு ஒரு லாயர் இருக்கான். அவனை மெட்றாஸ் வந்த உடனே பார்க்கலாம்.'

'மாமா! வயிற்றில் பால் வார்த்தீங்க! இப்ப நான் என்ன பண்ணணும்!'

'பங்களூர் வந்து உடனே புறப்பட்டு மெட்றாஸ் வா. ராஜசேகர் எல்லாம் பார்த்துருப்பான்! அந்த இன்ஸ்பெக்டர்கிட்ட கொடு போனை!'

இன்ஸ்பெக்டரிடம் போனைக் கொடுத்தான்.

மீரா அருகில் நின்றிருந்தவள் ஆனந்தைப் பார்த்தாள். 'என்ன?'

அவள் கையைப் பற்றி, 'மீரா! அவ்வளவுதான். ஓடறதை நிறுத்திடலாம் நாம இனி. இட்ஸ் ஆல் ஆஃப்!'

'என்னவாம். எதனாலயாம்?'

'ஏதோ தப்பா நடந்து போச்சாம்.'

இன்ஸ்பெக்டர் போனில், 'எஸ் சார். நான் பேசிர்றேன். நோ ப்ராப்ளம். மெஸேஜே வந்தாச்சு! ஒரு சிக்கலும் இல்லை. அவங் களைப் பத்திரமா பங்களூர் சேர்ப்பிக்கிறது என் பொறுப்பு.'

'என்னன்னே புரியலை. திடீர்னு துரத்தறாங்க. திடீர்னு நிறுத்தறாங்க.'

'இன்ஸ்பெக்டர் டெலிபோனை வைத்து, 'உங்களை யார்ப்பா இன்டர்ராகேட் பண்ணாங்க? கர்நாடகா போலீஸா? சி.பி.ஐ.யா?'

'என்னவோ சார். அர்ஜுன் அர்ஜுன்னு சொல்லி உயிரை வாங்கி னாங்க! பாகல்பூர்னாங்க. எதுக்கு வந்தீங்கன்னு திருப்பி திருப்பிக் கேட்டாங்க.'

'அடிச்சாங்களா?'

'இல்லை. தர்ட் டிகிரி உபயோகிப்போம்னு பயம் காட்டினாங்க.'

'யாரு? போலீஸ் ஆபீஸர் பேர் என்ன? என்ன ராங்க்?'

'அதெல்லாம் தெரியாது சார்... போட்டோ காட்டினாங்க. பெங்களூர்ல ரெசிடன்ஸி ரோடில நடந்தது.'

'கமிஷனர் ஆபீஸ் அது.'

'அங்கிருந்து ஓடி வந்துட்டோம் பண்ணைக்கு... காலையில் ஒரு ஹெலிகாப்டர் தாழ்வாப் பறந்து வந்தது. எங்களை வேவு பார்க்க!'

'அய்யோ! அது விவசாயப் பூச்சி மருந்து ஹெலிகாப்டர்ம்மா!'

'அப்படியா?'

இன்ஸ்பெக்டர் யோசித்தார்.

'அப்ப நாங்க ஓடினது எல்லாம் வெத்தா?'

'உங்களை எதுக்காக டிடெய்ன் பண்ணாங்கன்னு எனக்குத் தெரியலை. சிலவேளை இந்த மாதிரி ஆள் மாறாட்டம் போலீஸ் வேலையில ஏற்படும்... நீங்க தொடர்ந்து ஓடாம ஒரு ஸ்டேஜ்ல நிறுத்தி போலீஸ் கேள்விகளுக்கு எல்லாம் பொறுமையா பதில் சொல்லி...'

'என்ன சார் கேள்வி! ஒரே கேள்வியை திருப்பித் திருப்பிக் கேட்டுக்கிட்டு இருந்தாங்க. அர்ஜுன் அர்ஜுன்! யார் இந்த அர்ஜுன்! யார் இந்த அர்ஜுன்!'

'ஏதாவது தீவிரவாதியா இருக்கலாம். எனக்குத் தெரியலை. என்னைப் பொருத்தவரையில் நீங்க ஆனந்த். நான் உங்களைத் தேடி வந்தது டிரங்க் கால் வந்திருப்பதைச் சொல்வதற்காக. அத்தனைதான்! இப்ப உங்களை பங்களூர் போற வண்டியில ஏற்றி அனுப்பிர்றேன். ஏதாவது பி.டி. டாக்ஸி திரும்பிப் போகும். கான்ஸ்டபிள், இங்க வாங்க!' என்று வெளியே சென்றார்.

ஆனந்த் மீராவின் அருகில் உட்கார்ந்துகொண்டு இருவரும் கை கோர்த்துக் கொண்டார்கள். 'முடிஞ்சுபோச்சு. இட்ஸ் ஆல் ஓவர்!'

'ஹோப் ஸோ!'

'எதுக்காக நம்மை அலைக்கழிச்சாங்கன்னு கண்டுபிடிச்சே ஆகணும்!'

'ஒண்ணும் வேண்டாம். இனிமே போலீஸ் பக்கமே தலை வெச்சுப் படுக்க வேண்டாம்!'

'ஒரு நாள் கர்நாடகாவில் உள்ள அத்தனை போலீஸும் நம்மைத் தேடறது. மறுநாள் அதுவே காபி டிபன் கொடுத்து வீட்டுக்கு அனுப்பி... என்ன ஒரு விவஸ்தையே இல்லாம இருக்கு!'

'மாமா என்ன சொன்னார்?'

'முதலில் மெட்றாஸ் வந்துரு, அங்கே கணேஷ்னு ஒரு லாயரைப் பார்க்கலாம்னார்!'

'கணேஷ்-வஸந்த்?'

இன்ஸ்பெக்டர் உள்ளே மறுபடி வந்து, 'மிஸ்டர் ஆனந்த், நீங்க ரெடின்னா பங்களூர்க்கு ஒரு கார் போவுது. அதில போயிருங்க! பணம் இருக்கா?'

'இருக்கு.'

'கூட ஒரு கான்ஸ்டபிளை அனுப்பவா?'

'வேண்டாங்க.'

'பங்களூர்ல எங்க இறங்கிக்கணுமோ இறங்கிக்கிட்டு வண்டியை ரிலீஸ் பண்ணிருங்க. டிரைவருக்கு ஏதும் பணம் கொடுக்க வேண்டாம்!'

'சரி, ரொம்ப தாங்க்ஸ் இன்ஸ்பெக்டர்! உங்களுக்கு எப்படி நன்றி சொல்றதுன்னே...'

'போலீஸைப் பார்த்து பயப்பட வேண்டாம். சில நன்மை தரும் போலீஸ் ஆபீசர்களும் உண்டு. இருந்தாலும் உங்க கேஸ் விநோதம்தான். இத்தனை பெரிய மிஸ்டேக் எப்படி ஏற்படும்னு தெரியலை.'

'ஏதோ ஆளை விட்டீங்களே!'

'உங்க விவகாரத்தில பின்னணியிலே வேற ஏதோ பெரிசா இருக்கும்னு தோணுது. அது நீர்மட்டத்துக்கு மேல வருமா இல்லையான்னு சொல்ல முடியாது!'

பின்மாலை புறப்பட்டு இருட்டினபின் பங்களூர் மறுபடி வந்து சேர்ந்தபோது ராஜசேகர் அவர்களுக்காகக் காத்திருந்தார்.

18

ராஜசேகர் வீட்டில் ஆனந்தும் மீராவும் அருமையான தேநீர் அருந்தியபோது அவர்கள் கஷ்டம் எல்லாம் தீர்ந்துவிட்டது என்றுதான் எண்ணினார்கள். ஆனந்த் அந்த வீட்டின் ஹாலை சுற்று முற்றும் பார்த்தான். 'இந்த மாதிரி எல்லாம் வீடு இருக்கா சார்' என்றான். குரலில் பழைய உற்சாகம் திரும்பியிருந்தது.

'உங்க குனிகல் பண்ணையில ஒரு நாள்தான் இருந்தாலும் நல்ல சாப்பாடு. நல்ல சூழ்நிலை சார்' என்றாள் மீரா.

'இன்னும் ஒரு வாரம் இருந்துட்டுப் போங்களேன். இப்பத்தான் எல்லாம் கிளியர் ஆயிடுத்தே!'

'எனக்கு நம்பிக்கை இல்லை சார்' என்றான் ஆனந்த். 'எல்லாமே கனவு போல இருக்கு. எழுந்தப்புறம் மறுபடியும் துரத்த ஆரம்பிச்சுடுவாங்கன்னு தோன்றுகிறது.'

'அதெல்லாம் இல்லை. நான் டி.ஜி.பி.கிட்ட பேசிட்டேன்' என்றார் ராஜசேகர்.

'என்ன சொன்னார்?'

'அர்ஜுன்னு ஒரு தீவிரவாதி பாகல்பூர்லருந்து தப்பி சென்னை வந்திருக்கிறான். அவன் போட்டோவை

சி.பி.ஐ.ல இருந்து தமிழ் நாடு போலீஸுக்கு மாத்தறபோது ஏதோ குழப்பம் ஆயிடுத்தாம். எப்படியோ உன் போட்டோ மாறிப்போயிடுத்தாம்!'

'எப்படி சார்! அதை யாராவது நம்புவாங்களா? போலீஸ் இவ்வளவு பெரிய ப்ளண்டர் செய்வாங்களா! என்னைப் போட்டு அர்ஜுன், அர்ஜுன்னு உயிரை வாங்கிட்டு, கேள்வி மேல கேள்வியா கேட்டுட்டு...'

'அடிச்சாங்களா?'

'இல்லை சார். ஆனா லாக்-அப்பில போட்டாங்க! கேள்விதான். 'எதுக்கு வந்தே எதுக்கு வந்தே!'

'என்னவோ போலீஸ் முறைகள் எல்லாம் பாதிதான் புரியும். இப்ப என்ன, உங்க ஹனிமூனை 'தொடரும்!' போட்டு நிறுத்தி ருக்கீங்க. தொடர வேண்டியதுதானே? ஊட்டி போறீங்களா?'

'இல்லை சார். ராஜு மாமா உடனே திரும்பி வரச் சொல்லிட்டார். சென்னைக்கு போயிர்றோம். எனக்கும் பாங்ல அதிக நாள் லீவு தரலை. அக்கவுண்ட் க்ளோஸிங் வேறயா...'

மீரா, 'தாங்ஸ் ஃபார் எவ்ரிதிங் சார். நாளைக்கு புறப்படறோம்.'

'ராத்திரியே சென்னை பஸ் ஏதாவது இருந்தா போயிடலாமா?'

'பஸ் பிரயாணம் போதும்! குனிகல்ல பஸ்க்கு பின்னால ஒண்ணரை மைல் துரத்திண்டு ஓடிவந்தார்!'

'அப்படியா! உங்க கதையைக் கேட்டா நீங்க போகாத வாகனமே இல்லைன்னு தோணுது!'

'ஒட்டகம் ஒண்ணுதான் சார் பாக்கி!'

'அதென்ன எலிகாப்டரா! அதைப் பத்திச் சொல்லுங்களேன்! இவர் பாட்டுக்கு எலிகாப்டர்னு கத்தறார். நீங்க பாட்டுக்கு எலி எலின்னு...' சிரித்தாள்.

'பூச்சி மருந்து அடிக்க வந்த எலிகாப்டர்ம்மா அது.'

'அதைப் போய் போலீஸ்னு நினைச்சுண்டு வயல்காட்டில் எல்லாம் ஓடினோம்! ஓட்டம், ஓட்டம், இத்தனை அத்யாயமும் ஓட்டம்தான்!'

மறுநாள் பிருந்தாவன் எக்ஸ்பிரஸ்ஸில் ராஜசேகர் டாட்டா காட்டும்போது 'யாராவது டிக்கெட் இன்ஸ்பெக்டர் டிக்கெட் கேட்டா படக்குன்னு வண்டியை விட்டு இறங்கிறாதீங்க!'

'ரொம்ப வாராதீங்க சார்!'

'எனக்கென்னவோ உங்க கேஸ் சாதாரண ஆள் மாறாட்டம் கேஸ் இல்லைன்னு தோணுது.'

'பின்ன?'

'வீல்ஸ் வித்ன் வீல்ஸ்? போய்ட்டு வாங்க. காட் ப்ளெஸ்!'

ஆனந்தும் மீராவும் இருக்கைகளில் உட்கார்ந்து ரயில் வேகம் பிடித்தபோது, 'என்ன நடந்தாலும் நான் வண்டியை விட்டு இறங்கறதா இல்லை' என்றாள் மீரா.

'ஓக்கே ஓக்கே! இட்ஸ் ஆல் ஓவர்.'

'ராஜு மாமா ஸ்டேஷனுக்கு வருவார்தானே!'

'வருவார். சே, இந்த போலீஸ் ஆசாமிங்க பாரு. ஒரு சின்ன ஸாரி கூட இல்லை! எதுக்காக இப்படி அலைக்கழிச்சாங்க! என்ன ஏது...'

'ஏதோ இதோட விட்டாங்களே! கட்டிப்போட்டு அடிக்காம இருந்தாங்களே! அது என்னவோ சொன்னானே ஏரோப்ளேன்...'

'சார், ஜிலேபி வேணுமா.'

'எப்பப்பா செய்தது?'

'இதோ அஞ்சு நிமிஷம்தாங்க ஆச்சு!'

'முதல்ல காபி கொண்டு வாப்பா!'

'காபி கெட்டில் தனியா வருது!'

பிருந்தாவன் எக்ஸ்பிரஸ் டிபன் காபி வரிசை தொடங்கிவிட்டது. சற்று நேரம் ஆனந்தும் மீராவும் சாய்ந்துகொண்டு ஒருவரை ஒருவர் தொட்டுக்கொண்டு கை கோர்த்துக்கொண்டு ஜன்னலுக்கு வெளியே விரைந்து செல்லும் காட்சிகளை ரசித்தனர்.

'அந்தப் பாறையைப் பார்த்தியா' என்றான்.

மீரா தூங்கிப்போயிருந்தாள்.

சென்ட்ரல் ரயில் நிலையத்தில் இரவு எட்டு மணி பத்து நிமிஷத்துக்கு ரயில் வந்து சேர, ராஜு மாமா அவர்கள் பெட்டி வந்து நின்ற அதே ஸ்தலத்தில் கை கட்டிக்கொண்டு புன்னகை யுடன் நின்றுகொண்டிருந்தார். 'வா வா! தேனிலவு எல்லாம் எப்படி இருந்தது.'

'என்ன விளையாடறேளா!'

'என்னடா ஆச்சு உனக்கு மருமானே! ஸாரி, ரொம்ப டயர்டா இருப்பீங்க! அப்புறம் விசாரிக்கலாம். மீரா, உங்க அப்பாக்கு போன் பண்ணிப் பார்த்தேன். அப்துல் ரகுமான்னு யாராவது உங்க வீட்டில் இருக்காரா?'

'இல்லை, ஏன்!'

'அப்ப ராங் நம்பராத்தான் இருக்கும்.'

மாமாவின் சேவகன், 'பொட்டி படுக்கை எல்லாம் எங்கங்க?'

'அதெல்லாம் விட்டுட்டு வந்துட்டாங்கப்பா! வா ஆனந்தா, நேரா நம்ம பங்களாவுக்கே போயிடலாம். ராத்திரி ஒரு ஆளை வரச் சொல்லியிருக்கேன்! சாப்டிங்களா!'

'பிருந்தாவன் எக்ஸ்ப்ரஸ்ல அதைவிட வேற என்ன வேலை. இவதான் தூங்கிண்டே வந்தா.'

'ஆமாம் மாமா. நாலு நாளா கல்லிலயும் முள்ளிலயும் ஓட வெச்சார்!'

ப்ளாட்பாரத்தில் நடந்து செல்லும்போது எதிரே ஒரு போலீஸ் காரர் வர, ஆனந்த் இயல்பாக பக்கம் மாறி நடந்தான். பழக்க தோஷம்.

'போலீஸ் மேல இனிமே பயமே வேண்டாம். எல்லாம் முடிஞ்சு போச்சு! நான் டி.ஜி.பி. கிட்ட நேராவே பேசினேன். இட்ஸ் ஆல் எ டெரிபிள் மிஸ்டேக்.'

'எனக்கு அப்படித் தோணலை' என்றாள் மீரா.

'நீ என்ன நினைக்கிறே?'

'ஒரு நாள் துரத்து துரத்துன்னு துரத்தறா. மறுநாள் ஸாரி, எல்லாம் தப்புங்கறாங்க! எல்லாத்துக்கும் பின்னணியில ஏதோ ஒரு கதை இருக்கு!'

‘அதெல்லாம் விசாரிக்கலாம்.’

நுங்கம்பாக்கத்தில் மாமாவின் வீட்டில் நாய் ஆனந்தை முகர்ந்து பார்த்துவிட்டு வாலாட்டியது. ‘டாமி, நீயாவது என்னைப் பழைய ஆனந்துன்னு ஞாபகம் வெச்சிருக்கியே. சந்தோஷம்பா!’

‘டாமி திஸ் இஸ் மீரா, ஷேக் ஹாண்ட்!’ என்றான் ஆனந்த். டாமி தன் முன்னங்காலை உயர்த்தியது.

‘முதல்ல சாப்பிடுங்க. அப்புறம் கொஞ்ச நேரம் வீடியோ பாருங்க. உடனே தூங்கப் போயிடாதீங்க!’

‘ஏன் ராஜு மாமா!’

‘ராத்திரி ஒருத்தரைச் சந்திக்கணும்.’

‘போலீஸ் ஆபீஸரா!’ என்றாள் மீரா.

‘இல்லை சஸ்பென்ஸ்!’

‘அது யாரோ பேர் சொன்னீங்களே! கணேஷ்?’

‘மை காட்! கணேஷ் யாருன்னு தெரியாது உனக்கு? என்னடா ஆனந்த்!’

அவர்கள் சாப்பிட்டுக்கொண்டிருக்கும்போது வாசலில் கார் சப்தம் கேட்டது. டாமி குரைப்பதும் கேட்டது. ‘ஹலோ டாமி! நாந்தாண்டா வஸந்த்! எதுக்காக பவ்! வவ்!’

‘கணேஷும் வஸந்தும் வந்திருக்காப்பல?’ என்றார் ராஜு மாமா. கணேஷும் வஸந்தும் சுதந்தரமாக அவர்கள் டைனிங் ரூமுக்குள் நுழைந்ததும் வஸந்த், ‘என்ன சமையல்! வாசனையா இருக்கு!’

‘ஸாரி ஸாரி, ஒரு ஸ்டே ஆர்டருக்கு ஏற்பாடு பண்ண வேண்டி யிருந்தது. கன் யூ பிலீவ் இட். ஸ்ரீதேவின்னு ஒரு பொம்பளை வக்கீல்! கண்ல விரலை விட்டு ஆட்டறாங்க!

சாப்பிட்டு முடிந்ததும் மாமா அறிமுகப்படுத்தி வைத்தார். ‘கணேஷ், நான் சொன்னேனே ஆனந்த், மீரா!’

‘ஓ, தி ரன்னர்ஸ்!’ என்று புன்னகைத்தான் கணேஷ்.

‘ஏன் சார், உங்க ரெண்டு பேருக்கும் ஓட்டப் பந்தயத்தில இஷ்டமா! மீரா, உங்களை நான் ஒரு டான்ஸ்ல பார்த்திருக்கேன்!’

‘வஸந்த், நீங்க இந்த வசனத்தை மாத்தவேண்டிய வேளை வந்துருச்சுன்னு நினைக்கிறேன்! பலபேர் பிரயோகப்படுத்தறாங்க!’

‘நான்கூட கேள்விப்பட்டேன். சரி கொஞ்சம் மாத்திரலாம்னு உத்தேசம்! உங்களை ஒரு டிவி விளம்பரத்தில பார்த்தேனோ?’

‘மிஸ்டர் ஆனந்த், உங்களுக்கு ஏற்பட்ட வினோத அனுபவங்களைப் பற்றி மிஸ்டர் ராஜு சொன்னார். நீங்க ஆரம்பத்திலிருந்து ஒண்ணு விடாம சொல்றீங்களா?’

‘சொல்றேன் சார். நான் பிறந்தது பெண்ணாடத்தில... ஆயிரத்து தொள்ளாயிரத்து அறுபத்து...’

‘அவ்வளவு ஆரம்பத்தில் வேண்டாம்! சமீபத்தில, அதாவது நீங்க கல்யாணம் செய்துண்டிங்க இல்லை அதிலருந்து... அதாவது எப்பலர்ந்து உங்களுக்கு இந்த டிரபிள் தொடங்கியது?’

‘அப்பதாங்க!’

வஸந்த் மீராவைப் பார்த்தான். ‘அப்ப உங்களைத்தான் முதல்ல விசாரிக்கணும் போல? நாம அந்த ரூமுக்குப் போயிரலாமே!’ கணேஷ் வஸந்தை முறைக்க, ‘ஹாலுக்கு போய் பேசலாமே. அங்க டாமி இருக்கு. மீரா உங்களுக்கு டாமியைப் பத்தி தெரியுமா? டாமி! பத்தாம் தேதி பேப்பர் கொண்டுவாம்மா!’

டாமி ஒரு ந்யூஸ் பேப்பரை வாயில் கவ்விக்கொண்டு வர மீரா ஆச்சரியத்துடன் கண்களை அகல விரித்து ‘ரிமார்க்கபிள்’ என்று வஸந்தைப் பார்த்து வியந்தாள்.

‘இதுக்கு புதுக்கவிதைல நல்ல ரசனை இருக்கு.’

‘சேச்சே. வஸந்த் சொல்றதையெல்லாம் நம்பாதீங்க. ரொம்ப புருடா விடுவான். டாமிக்கு ஒரே ஒரு ட்ரிக்தான் தெரியும். பேப்பர்னு யாராவது சொன்னா கைல கெடைச்ச காயிதத்தைக் கவ்விண்டு வரும்!’

கணேஷும் ஆனந்தும் எதிர் எதிரே உட்கார்ந்து பேசிக் கொண்டிருந்தார்கள்.

‘அந்தப் போலீஸ் இன்ஸ்பெக்டர் பேர் என்ன சொன்னாங்க?’

‘யார் சார்?’

‘என்னை கணேஷ்னு கூப்பிடுங்க. சார் வேண்டாம். முத முத மைலாப்பூர் மந்தைவெளி போலீஸ் ஸ்டேஷனுக்கு வரச் சொன்னாரே, அவர் பேர் சொன்னாரா?’

வஸந்த் அவர்களுடன் சேர்ந்துகொண்டான்.

‘அந்த இன்ஸ்பெக்டர் பேரு தனபால்னு சொன்னார்’ என்றான் ஆனந்த்.

‘வஸந்த், மந்தைவெளி போலீஸ் ஸ்டேஷன்ல இந்த தனபாலை விசாரி. அப்புறம் அதே ஆள்தான் பிருந்தாவன்ல வந்து தொந்தரவு செய்தாரா?’

‘இல்லை சார். வேற.’

‘போலீஸ் உடைல இருந்தாரா?’

‘ஆம்’ என்றாள் மீரா.

‘நீங்க மஞ்சள்ல ஸாரி அணியாதிங்க. கொஞ்சம் குண்டாத் தெரியறீங்க!’

‘நிஜமாவே அவ குண்டுதான்.’

‘சீர் தூக்கிப் பார்த்தீங்களா!’

‘வஸந்த வில் யூ ஷட் அப்!’

‘எஸ் பாஸ்.’ போன் அருகில் சென்று கண்ட்ரோல் ரூம் வழியாக மந்தைவெளி போ. நிலையம் கேட்டு, ‘ஹலோ, இன்ஸ்பெக்டர் தனபால் டூட்டில இருக்காரா?’

‘பிருந்தாவன் நின்னபோது கழண்டுக்கிட்டிகளாக்கும்!’

‘அப்புறம் லாரி, பாஸஞ்சர், ஆட்டோ, கைனெட்டிக் ஹோண்டா... இட்ஸ எ க்ரேட் அட்வென்ச்சர்!’

வஸந்த் டெலிபோனைப் பொத்தி ‘கர்நாடகாவே 1000 ராலி மாதிரி... ஊர் ஊரா ஓட்டமா?’

‘ஓட்டல்லதான் அரஸ்ட் பண்ணாங்களா?’

‘அரஸ்ட் பண்ணலை. அழைச்சுக்கிட்டுப் போனாங்க!’

'எங்க?'

'அது என்ன ரோடு சொன்னார் மீரா!'

'ரெசிடன்ஸி ரோடு.'

'இதில் ஆட்டோக்காரர் எங்க வந்தாரு?'

'இதற்குள் வஸந்த் டெலிபோனில் 'என்னது, அப்படியா? நிச்சயமாவா? என்றான். 'சரியாப் பார்த்து சொல்லுங்க சார். அப்படியா?'

வஸந்த் யோசனையுடன் டெலிபோனை வைத்துவிட்டு 'தனபால்ங்கிற பேர்ல மந்தைவெளி போலீஸ் நிலையத்தில எந்த போலீஸ் அதிகாரியும் இல்லையாம்.'

19

வஸந்த் மெல்ல ஆனந்தின் அருகில் வந்து, 'ஆனந்த் உங்க ஞா.சக்தி கொஞ்சம் ஆடிப் போயிருக்குதா சமீபகால நிகழ்ச்சிகளால?'

'ஏன்?'

'இல்லை. போலீஸ் ஆபீஸர் பேரு தனபால்தானா இல்லை, வேற எதாவது பாலா?'

மீரா குறுக்கிட்டு, 'தனபால்னுதான் எங்கிட்டயும் சொன்னார் ஆனந்த்.'

'எப்ப?'

'அப்பவே.'

'சரி, நம்பலாம். ஆனா சென்னை போலீஸ்லயே அந்த மாதிரி பேர் உள்ள ஆள் இல்லைன்னு அந்தாளு உத்தரவாதமாச் சொல்றாரு. தனபால்னு உங்களை வந்து சந்திச்ச ஆசாமி போலீஸ் இன்ஸ்பெக்டர் இல்லை. போலி-இன்ஸ்பெக்டர். சரியாப் பார்த்தீங்களா. எதாவது வாட்ச்மேனா?'

'அதுக்கு முன்னாடி அந்த ரைஃபிளைப் பத்தி சொல்லுங்க ஆனந்த்.'

'ரைஃபிளா!' என்றான் கணேஷ் சற்று ஆச்சரியத் துடன்.

'அதைப் பாத்தா ரைஃபிள் மாதிரித்தான் இருந்தது. சினிமா, ரிபப்ளிக் பரேடில, என்.சி.சி.ல பார்ப்பமே அதுமாதிரி. ஆனா முழுசா இல்லை. பெட்டிக்குள்ள அடங்கறமாதிரி பாகம் பாகமா கருப்பா பாலிஷ் போட்ட பொட்டில இவர் ரூம்ல.'

'ஆனந்தா, நீ எப்ப ரைஃபிள் வாங்கின? முன்பக்கம் பின்பக்கம் தெரியாதே உனக்கு!'

'அது என்னன்னு கேட்டா இவர் சரியாவே பதில் சொல்லலை.'

'பொட்டியைப் பார்த்தேன் நான். திறந்து பார்க்கலை கணேஷ். அப்பறம் கவனிக்கலாம்னு இருந்தேன். அதுக்குள்ள ஹனி மூனுக்கு கிளம்பிட்டமா' என்றான் ஆனந்த்.

வஸந்த், 'ஈஸி, உங்க கதை வசனம் கொஞ்சம் கொஞ்சம் ஜம்ப் அடிக்குது. உங்க மயிலாப்பூர் ரூம்ல மீரா ஒரு ரைஃபிளைப் பார்த்திருக்காங்க.'

கணேஷ், 'அது இன்னும் இருக்கா?'

'நாங்க இன்னமும் ரூமுக்கு போகவே இல்லையே.'

'பாஸ், ஏ.கே. 47-ஐ பிரிக்க முடியுமா?'

'அப்பறம் விசாரிச்சுக்கலாம். நாளைக்கு முதல் காரியமா அந்த ரைஃபிள் உங்க ரூம்ல இருக்குதான்னு பாத்துருங்க. பாத்து உடனே போலீஸுக்குத் தகவல் சொல்லவேண்டியது உங்க பொறுப்பு. வஸந்த், நீயும் கூடப் போயிரு.'

'சரி, மீரா நீங்களும் வாங்க. சரியா இடத்தை அடையாளம் காட்டணும். அந்த தனபால்ங்கறவரு என்ன சொன்னாரு?'

'மறுநாள் காலையில ஸ்டேஷனுக்கு வரச் சொன்னார். நான் எதாவது ட்ராபிக் அஃபென்ஸானு கேட்டதுக்கு, இல்லை, அதை விட தீவிரம்னு சொன்னாரு.'

'நீங்க போகலை?'

'அதான் பிருந்தாவன்ல கிளம்பி அந்த மகத்தான பிரயாணத்தைத் தொடங்கிட்டமே சார்.' ஆனந்த் சற்று நேரம் சும்மா இருந்தான். தொடர்ந்து, 'இப்ப யோசிச்சுப் பார்த்தா எல்லாமே இணைந்த, சம்பவத் தொடர்போலத் தோணுது. ஜன்னல் வழியா பார்த்த

முகம், அப்பறம் அமெரிக்கன் கான்ஸலேட் பக்கத்தில ஒரு ஆள் மாருதி கார்ல கொண்டு வந்து விட்டது. அப்பறம் அந்த தனபால், அப்பறம் பிருந்தாவன் அதிகாரி.'

'போலீஸ் உடையில் இருந்தாரா?' கணேஷ்.

'ஆமாம். வாரண்ட் காட்டினாரு. அதுல என் பேர் விலாசம் எல்லாம் இருந்தது. 'என்ன சார் குற்றம்'னு கேட்டதுக்கு, 'உங்க வீட்டில இருக்கிற துண்டுப் பிரசுரங்களைக் கேளுங்க, ரைஃபிளைக் கேளுங்க, உங்க சகாக்களைக் கேளுங்க, காட்பாடியில அரஸ்ட் பண்ணப் போறோம். சுடக்கூடத் தயங்க மாட்டோம்'னு சொன்னதும் எனக்கு கிலியில என்ன செய்யறதுன்னு தெரியாம வண்டி சிக்னலுக்கு நிக்கறப்ப ரெண்டு பேரும் குதிச்சுட்டோம்.'

'இவரை ரகசிய போலீஸ் சி.பி.ஐ. ஆபீசர்னு சொல்லி லாரிக் காரன் கிட்ட தப்பிச்சேன்...' என்றாள் மீரா.

'அப்புறம் பங்களூர் போலீஸ் எங்களை வெஸ்ட்எண்டில் விடாம துரத்தி உயிரை வாங்கி அர்ஜுன் அர்ஜுன்னு பேர் சொல்லி போட்டோகூடக் காட்டினாங்க கணேஷ்.'

கணேஷ் சற்று நேரம் சிந்திக்க, வஸந்த் ஒரு சிகரெட் பற்ற வைத்துக்கொண்டான்: 'பாஸ், இதில பொதுவா எனக்கு ஒரு விஷயம் கிளியராத் தெரியுது.'

'என்ன?' என்றாள் மீரா ஆர்வத்துடன்.

'யாரோ பூ சுத்தறாங்க. உங்களுக்கும் போலீஸுக்கும் சேர்த்து வெச்சு சுத்திருக்காங்க.'

கணேஷ், 'யாரு?'

'கண்டுபிடிங்களேன். எல்லாமே நான் சொல்லணுமா. மீரா, இந்த விளையாட்டில உங்க கணவர் ஒரு மாதிரி பான், தமிழ்ல பான்க்கு என்ன பாஸ்?'

'பகடைக்காய் மாதிரி.'

'கணேஷ், எதுக்காக அவ்வளவு தீவிரமா துரத்தினவங்க சட்டுன்னு விட்டுட்டாங்க?'

'தப்பான ஆளைத் துரத்தறோம்னு தகவல் தெரிஞ்ச உடனே விட்டுட்டாங்க. அவ்வளவுதான்!'

'உங்களுக்கு ஏற்பட்ட மன உளைச்சலுக்கு நாலரை லட்ச ரூபாய்க்கு நஷ்ட ஈடு கோரி கேஸ் போடலாம் நீங்க.'

'வேண்டாம் சார். ஆளை விட்டாப் போதும்.'

'கணேஷ், என்ன சொல்ற. இதை இப்படியே விட்டுரலாமா... இல்லை, உள்ள பூரலாம்னாலும் நான் ரெடி' என்றார் ராஜு.

'பூந்துரலாம் பாஸ்.'

கணேஷ், 'யோசிச்சுச் செய்ய வேண்டிய காரியம். இதில எனக்கென்னவோ போலீஸும் உடந்தையோன்னு தோணுது. ஏதோ ஒரு காரியத்தில முதல்ல போலி ஆசாமி போலீஸா வரான். அதுக்கப்புறம் தி ரியல் போலீஸ்! இதுதான் எனக்கு இண்ட்ரிகிங்காத் தோணுது.'

'அப்பறம் எதுக்காக உங்க ரூம்ல ரைஃபிள் இருக்கணும்?'

'உங்க ரூம்ல இதுக்கு முந்தி யார் குடியிருந்தாங்கன்னு தெரியுமா ஆனந்த்?'

'தெரியாது. ஓனர்கிட்ட விசாரிச்சுப் பார்க்கலாம்.'

'ஓனர் யாரு?'

'மாதவராவ்னு முருடிஸ் லாட்ஜ் பக்கத்தில.'

'வஸந்த், நாம் ராஜேந்திரன்கிட்ட இதைப்பத்தி விசாரிக்கலாம். தமிழ்நாடு போலீஸ் இந்த மாதிரி ஒரு தப்பு பண்ணும்னு நான் நம்பலை. காலையில ரிமைண்ட் பண்ணு. அப்ப ராஜு சார், நான் வரட்டுமா.'

வஸந்த், 'கவலைப்படாதீங்க. நிம்மதியாத் தூங்குங்க மிஸ்டர் ஆனந்த். உங்களுக்கு பல் டாக்டர் ஜோக் சொல்லலாம். ஆனா சந்தர்ப்பம் சரியால்லை.'

மீரா, 'மெக்சிகோ சலவைக்காரி ஜோக்கை விட்டுட்டீங்களா வஸந்த்.'

'விட்டுட்டேங்க. பலபேருக்குத் தெரிஞ்சுபோச்சு.'

‘சும்மா புருடாங்க. அந்த மாதிரி ஜோக்கே இல்லை’ என்றான் கணேஷ். ‘ஆனந்த். காலைல எதுக்கும் வஸந்தை அனுப்பறேன். முதக்காரியமா உங்க ரூமைப் போய் பார்த்துட்டு வந்துரலாம்.’

‘பாஸ், முதக்காரியமான்னு சொன்னப்புறம் ஜோக்கு ஞாபகம் வரது. லீவ்ல போற கல்யாணமான சோல்ஜரை அவனுடைய ஆபீசர் கேட்டாராம். வீட்டுக்கு போன உடனே இரண்டாவது காரியமா என்னடா செய்வேன்னு... குட்நைட்.’

மாருதியில் திரும்பிச் செல்லும்போது, ‘பாஸ் என்ன நினைக்கறீங்கன்னு சொல்லட்டுமா.’

‘சொல்லு’ என்றான் கணேஷ் சாலையில் கவனமாக.

‘அந்த ரூம்ல, இந்தாளுக்கு முன்னாலயே யாரோ ஒரு கோஷ்டி இருந்திருக்குது.’

‘என்ன கோஷ்டி?’

‘தீவிரவாதிகள்.’

‘சொல்லு.’

‘ரூம்ல இன்க்ரிமினேட்டிங்கா ரைபிள், துண்டுப் பிரசுரம் போன்ற பொருட்களை விட்டுச் செல்லவேண்டிய அவசர நிலைமை வந்துடுத்து அவங்களுக்கு.’

‘குட் தாட்! சொல்லு.’

‘அதனால அவங்களுக்கு அவற்றை எல்லாம் நீக்கறதுக்கு அவகாசம் தேவைப்பட்டிருக்கு. அதுக்குத்தான் தனபால்னு போலீஸ் ஆபிசர் மாதிரி போயி மந்தைவெளி போலீஸ் ஸ்டேஷனாண்டை வான்னு பாச்சா காட்டியிருக்காங்க. அவன் இல்லாத போது ரூமைக் குடையறதுக்கு!’

‘இதுவரைக்கும் சரியாதாண்டா இருக்கு. ஆனா இப்ப உண்மை போலீஸ் வந்து, அவங்க ரெண்டு பேரையும் ஜில்லா ஜில்லாவாத் துரத்தறாங்களே அது...’

‘அது உங்க டிப்பார்ட்மெண்ட்! ஒரு ஆளு எத்தனைதான் சிந்திப்பானாம்? அந்தப் பொண்ணு மீரா, இவனை விட தைரியசாலியா எனக்கு தோணிச்சு. ஆல்ஸோ குட் லுக்கிங்.’

‘ஆரம்பிச்சிட்டியா.’

‘அழகு எங்க இருந்தாலும் அப்ரிஷியேட் பண்ணணும்னு ஷேக்ஸ்பியரோ, திருவள்ளுவரோ சொல்லலை?’

‘சொல்லலை.’

‘பாஸ் அப்படியே ஓரமா நிறுத்துங்க. இங்க ஒரு எடத்தில சாலுமால் கெடைக்கும்.’

‘கணேஷ் காரை வேகப்படுத்தினான். ‘பழக்கம் இன்னும் போகலையா.’

‘பழக்கம்னு இல்லை பாஸ். எப்பவாவது... ரொம்ப ஏழை கஷ்டப்படறான்னு மஸ்தான்கிட்ட வாங்கறேன்... வேற என்ன.’

‘ஒரு நா ராஜேந்திரன்கிட்ட சொல்லி உன்னை உள்ள தள்ளிரப் போறேன். வஸந்த், இந்த அர்ஜுன்ங்கறது யாரு, விசாரி, துண்டுப் பிரசுரம் அது இதுன்னு பஞ்சாபுக்கு ரொம்ப க்ளோஸா வருது. கொஞ்சம் ஜாக்கிரதையா இருக்கறது நல்லது. நாளைக்கு முதல் காரியமா ரூம்ல என்ன என்ன இருக்குன்னு பார்த்துடு.’

‘ஆகட்டும் பாஸ். மீரா மாதிரி பெண்களைப் பார்க்கறப்ப கல்யாணத்திலயும் ஏதோ விஷயம் இருக்குன்னு தோணுது பாஸ்.’

‘விஷயம் இருக்கோ இல்லையோ அதைப்பத்தி பேச இந்த ராத்திரி நேரம் பொருத்தமில்லை. நேராப் போய் அந்த ப்ரீஃபைப் பார்த்துட்டு ஒரு மணிக்குள்ள தூங்கிட்டா நல்லது. காலைல கோர்ட்டு இருக்கு.’

‘நான் பார்த்துட்டேன் பாஸ். செக்ஷன் முப்பத்தி நாலு பார்ட்டு சேர்த்துப் படிக்கணும். அதில் நாலெட்ஜ்னு சொல்லியிருக்கிறது மரணம் சம்பவிக்கிறதினுடைய சாத்தியக்கூறு.’

‘பார்த்தேன். ஆனா காமன் இன்டென்ஷன் உதைக்கிறது. சிக்கலான கேஸ். பொம்பளை லாயர் வேற! நல்லாப் படிச்சுட்டு வராங்க.’

வஸந்த் திரும்பி கணேஷைப் பார்த்து, ‘உங்களுக்கு பொம்பளைன்னா அவ்வளவு ஆவுறதில்லை.’

'சேச்சே தே ஆர் குட். ஆனா மேன் ஃபர் தி ஃபீல்ட், அண்ட் உமன் ஃபர் தி ஹார்த்துன்னு டென்னிஸன் சொன்னதெல்லாம் மாறிப்போச்சு.'

'ஆனா மேன் தி ஹண்டர், உமன் தி கேம்னு அவரே சொன்னது இன்னும் மாறலை பாருங்க' என்றான் வஸந்த்.

'நீ எப்படா டென்னிஸன் படிக்கிறே?'

'ஏன் பாஸ்?'

'பல்கொலைக்கழகம்னு ஏதாவது மாச நாவல்தான் படிச் சிட்டிருப்பே.'

'அதுவும் உண்டு, இதுவும் உண்டு. பாஸ்! என்னது சிவப்பு விளக்கில நீங்க பாட்டுக்கு போறீங்க!'

'கணேஷ் சற்றுத் திகைப்புடன், 'பார்க்கலை. என்னவோ யோசனை! இந்த ஆனந்த் மீரா கேஸ்லதான்! மேல் தளத்தில ஒரு கதை, அடித்தளத்தில ஒரு கதை இருக்குன்னு தோணுது.''

'இந்த ஆனந்தோட பூர்வீகத்தையே விசாரிக்கலாம். எனக்கு என்னவோ அவன் முழியே சரியால்லை' என்றான் வஸந்த்.

20

மறுதினம் காலை கணேஷ் கிளம்பிக்கொண்டிருந்த சமயம் வஸந்த் வந்து சேர்ந்துகொண்டான்.

'எங்கடா போய்ட்ட?'

'சொன்னனே பாஸ். நம்ம கேஸ் ப்ரீஃப் படிச்சிட்டிருந்தனா, ராத்திரி ரொம்ப நேரமாயிருச்சு. காலையில எழுந்திருக்கவும் லேட்டு.'

'பொய். உன்னை மேல ஏதாவது கேட்டா இன்னமும் பொய் சொல்வே. வேண்டாம்.'

'ஹும். உண்மைக்குக் காலமில்லைன்னு பிரேம தாசா சொன்னாப்பல! இப்ப நம்ம கேஸ்ல என்ன செய்யறதா உத்தேசம்? ரெண்டு பேரும் சுத்தமாப் படிக்கலையே!'

'படிச்சிருக்கேன். ஆனா அட்ஜர்ண்மெண்ட் வாங்கிர்றது பெட்டர்.'

'வேண்டாம், நாம போய் சரியா கரெக்டா காத்திருப்போம். ஏகப்பட்ட ரிட்டு. இன்னிக்கு நம்ம கேஸ் இயற்கையாவே அட்ஜர்ண் ஆயிரும்.

வஸந்த் சொன்னதுபோல அவர்கள் கேஸ் அன்று எடுத்துக் கொள்ளப்படவில்லை. நீதிபதி ஏதோ ஊழியர்கள் வேலை நிறுத்தம் பற்றி விசாரித்துக்

கொண்டிருந்தார். ஷெட்யூலைப் பார்த்தபோது கணேஷின் கேஸ் பத்தாவதாக இருந்தது. அதற்குள் ரிட் மனுக்கள் குறுக்கிட்டன.

மாருதியில் செல்லும்போது, 'பாஸ் அந்தாளு ஆனந்த் கிட்ட வரதாச் சொல்லியிருக்கிறேன், மைலாப்பூர்க்கு.'

'எத்தனை மணிக்கு?'

'ஒரு மணி நேரத்துக்குள்ள. சரியான பிச்சு அது. இப்படியா பயந்துண்டு ஓடுவான். என்ன கேஸாயிருந்தாலும் ஒரு கால கட்டத்தில நின்று, 'ஏன்யா என்னைப் போட்டு இப்படி அலக்கழிக்கிறீங்க?'ன்னு எதுத்துக் கேக்காம இப்படியா ஓடறது.'

'சிலபேருக்கு போலீஸ்னா ரொம்பக் கிலி வஸந்த். நாம தினம் அவங்களை பார்க்கிறோம். வாழ்நாள்ளயே போலீஸோட குறுக் கிடாதவன் திடீர்னு வாரண்ட்டோட போலீஸ் ஆபீசரைப் பார்த்தா எப்படி நடந்துப்பானோ அப்படி நடந்துண்டிருக்கான்.'

'அவனுக்குப் போய் இப்படி ஒரு பெண்டாட்டி பாருங்க, லட்டு மாதிரி! நானும் கொருக்குப்பேட்டை வரைக்கும் தேடிட்டேன். சரியான மணமகள் கிடைக்கமாட்டேங்கறா. வர்றதெல்லாம் ... கேஸாத்தான் இருக்கு.'

'நீ தேடற இடங்களே தப்பு. அந்தப் பொண்ண பயங்கரமா சைட் அடிக்கிற. உடம்புக்கு ஆகாது.'

'இல்லை பாஸ். ஒரு சகோதர பாசம்.'

ஃபாஸ்ட் ஃபுட் அருகே நிறுத்தி கணேஷ் காபி சாப்பிட்டான்.

'பாஸ் இந்த அர்ஜுன்ங்கறது யாருன்னு கண்டுபிடிச்சுட்டேன். பாகல்பூர் ஜெயில்ல தனியா அடைச்சு வெச்சிருந்தும் தப்பிச்ச ஆசாமி. அவனை பீஹார்ல, பஞ்சாப்பில தேடறாங்க.'

'சர்தாரா?'

'இல்லை. பல பேர்ல பல வேஷங்கள்ல உலாவியிருக்கான். தாடி எடுப்பான். வெப்பான். ஆனா அவனையும் ஆனந்தையும் லிங்க் பண்ண முடியலை. அவன் போட்டோவும் ஆனந்துடைய போட்டோவும் எப்படி கன்ஃப்யூஸ் ஆகும்.'

'காலைல ராஜேந்திரனை போன் பண்ணிக் கேட்டேன். அவர், 'கணேஷ், அது பெரிய எம்பாரஸ்மெண்ட். விட்டுருங்க'ன்னார்.'

‘அப்ப நாம விடக்கூடாது. கேளுங்க. அர்ஜுன் ஒரு ஹிட்மான். இன்னார்கிட்ட இன்ன தொகை கொடுத்தா மற்றொரு இன்னாருக்கு இன்னா செய்யறது அதாவது - பம்ப் ஆஃப் - தீர்த்துர்றது, இதான் அவனுடைய உத்யோகம். எதுக்கோ தமிழ்நாட்டுக்கு வந்திருக் கான்னு தெரியுது. தமிழ்நாட்டு போலீஸ்ல போட்டோ கேட்டிருக் காங்க. அப்ப போட்டோ மாறியிருக்கலாம்.’

‘இல்லை, மாற்றப்பட்டிருக்கலாம்.’

‘அவன் எதுக்காக தமிழ்நாட்டுக்கு வரணும்?’

‘அந்த ரைஃபிளுக்கு என்ன அர்த்தம்?’

‘முதல்ல அதைப் பார்க்கலாம். இதோ லஸ் கார்னர்லதான் எங்கயோ சொன்னானே நின்னுக்கிட்டு இருக்கறதா. மீராவையும் வரச்சொன்னேன்.’

‘அதோ பார், காத்துக்கிட்டு இருக்காங்க.’

மாருதியை அவர்கள் அருகே நிறுத்தினான் கணேஷ். ‘வஸந்த், நீ போய்ப் பார்த்துரு. எனக்கு இங்கே ஒரு வேலை இருக்கு.’

ஆனந்த் இப்போது உற்சாகமாகவே இருந்தான். மீராவின் கண்களில் நேற்றைய இரவின் தூக்கமின்மை தெரிந்தது. உடன் லேசாக வெட்கமும் பூசியிருந்தது. வஸந்த் மாருதியிலிருந்து தன்னை வெளிப்படுத்திக்கொண்டு, ‘குட்மார்னிங்’ என்றான்.

‘மீரா, நீங்க எந்த காலேஜ், எத்திராஜா?’

மீரா தன் கணவனைப் பார்க்க,

‘ஏன், அவர்கிட்ட பர்மிஷன் வாங்கிட்டுத்தான் பேசலாமோ?’

‘அப்படியெல்லாம் இல்லை வஸந்த்.’

‘ரூம்ல பார்த்திங்களா, ரைஃபிள் இருக்குதா?’

‘ரூமுக்கே போகலை இன்னமும்.’

‘பயமா?’

‘நீங்க வரட்டுமேன்னு காத்துண்டிருந்தோம்.’

‘போகலாம்.’

வஸந்தும் ஆனந்தும் மீராவும் டைப்ரைட்டிங் இன்ஸ்டிட்யூட்டையும், கண் டாக்டரையும் கடந்து மொட்டை மாடிக்குப் போனார்கள். நியான் பெரிசாக எழுத்துக்களுடன் பகலில் வேலையில்லாமல் காத்திருக்க, ஆனந்தின் ஆஸ்பெஸ்டாஸ் கூரை அறையை அணுகினார்கள்.

'இங்க கச்சேரி ரோட்டுல ஒரு கிளப்ல இட்லி நல்லா இருக்கும், இல்லை? சரியான பாச்சலர்ஸ் டென்னாப் பிடிச்சிருக்கீங்க. என்ன, சாவி கொண்டு வரலையா?'

ஆனந்த் மறுபடி மறுபடி அந்தப் பூட்டைப் பார்த்தான். 'இது என் பூட்டு இல்லை. வேற பூட்டு போட்டிருக்கு. பெரிசா இருக்கு.'

'ஆர் யூ ஷ்யூர்?'

'இதைப்பாருங்க சாவியை! இது எத்தனை சின்னது. இத்தனை பெரிய பூட்டுக்குப் பொருந்துமா பாருங்க.'

'பொருந்தாதுதான்.'

மீரா, 'யாரு வேற பூட்டு போட்டிருக்கா?'

'மாதவராவாத்தான் இருக்கும்.'

'இல்லை. போலீஸாவும் இருக்கலாம். இந்த மாதவராவ்ங்கறவர் எங்க இருக்கார் தெரியுமா மீரா உங்களுக்கு.'

'தெரியாது வஸந்த்.'

'எனக்குத் தெரியும். அவர்தான் போட்டிருக்கணும். நான் போட்டிருந்த பூட்டுக்கு மேல பூட்டு போட்டிருக்கார் பாருங்க.'

'வாடகை பாக்கியோ!'

'இல்லையே.'

ஆனந்த் அதை அடித்துப் பார்க்க, மீரா, 'அய்யய்யோ உடைக்காதீங்க. போலீஸ்ல ஏதாவது மறுபடி ப்ராப்ளம் வரப்போறது.'

வஸந்த் யோசித்து, 'இந்தப் பூட்டைத் திறக்கிறது சுலபம். அதுக்கு சில சாதனங்கள்ளாம் கொண்டுவரலை... முதல்ல ஆனந்த் சொல்றாப்பல மாதவராவைப் பார்த்துறலாம். பக்கத்திலதானே இருக்கார்?'

‘ஆமா, நடந்தே போயிடலாம்.’

மூவரும் இறங்கி வந்து வள்ளுவர் சிலையை நோக்கி நடந்தனர். கணேஷ் மாருதியைப் பார்க் பண்ணிவிட்டு ஷாப்பிங் போயிருந்தான். வஸந்த், ‘நான் கேட்ட கேள்விக்கு பதிலே சொல்லலையே. நீங்க எந்த காலேஜ்?’

‘லயோலா, அப்பறம் விவேகானந்தா.’

‘உங்களைக் கேக்கலை ஆனந்த்.’

‘இவ போஸ்டல்! காமராஜ்ல.’

‘இவர் ஈவினிங் காலேஜ்.’

‘உங்களுக்கு சிஸ்டர் இருக்காங்களா?’

மீரா, ‘நிறைய! ரமாதான் அடுத்தவ. அவளுக்கு உங்களை ரொம்பப் பிடிக்கும்.’

‘வாங்க போகலாம் உங்காத்துக்கு.’

‘இருங்க, வந்த காரியம் முடியலையே.’ மீரா சுவரொட்டிகளைப் பார்த்துக் கொண்டே வந்தாள். ‘இவர் யாரு, போஸ்டர் எல்லாம் ஒரே மூஞ்சியா இருக்கு?’

வஸந்த் அவள் குறிப்பிட்ட சுவரொட்டிகளைப் பார்த்தான்.

‘ஸ்வ்ரூப் பட்வர்தன்னு புதுசா புயல் மாதிரி கிளம்பிட்டிருக்கார்.’

சுவரொட்டிகளில் பட்வர்தன் புன்னகையுடன் மூன்று வர்ணத்தில் வணங்கிக்கொண்டிருக்க,

‘பாரதத்தின் அடுத்த பிரதமரே வருக, திரண்டு வருக மக்கள் வெள்ளம். புரண்டு வருக தொண்டர் உள்ளம்’ என்று அலறியது சுவரொட்டி.

‘வருங்கால முதல்வர் மாதிரி வருங்காலப் பிரதமரையும் போஸ்டர் ஒட்டிங்களே நியமிச்சாச்சு’ என்றான் ஆனந்த்.

‘இல்லைங்க. இந்தாளு வடக்கே ஸ்ட்ராங்கா வராரு. ரெண்டு மூணு நாளைக்கு முன்னால சென்னையில சீரணியில கூட்டம் ஏதோ இருந்ததுன்னு சொன்னாங்க.’

'யாருக்குத்தான் கூட்டம்னு விவஸ்தையே இல்லாமப் போச்சு.'

'இல்லை ஆனந்த். ஆப்பொஸிஷன் எல்லாம் கொஞ்சம் சேர்ந்திருக்காங்க. அதை இந்த பட்வர்தன்தான் முன்னால தலைமை தாங்கி நடந்துறார்.'

'இப்ப நமக்கு வேண்டியது மாதவராவ்.'

மாதவராவின் வீடு முண்டகக்கண்ணி அம்மன் கோயில் தெருவிலிருந்து பிரியும் ஒரு சந்தில் இருந்தது. மாதவராவுக்கு அறுபது வயசிருக்கலாம். இவர்களைக் கண்டதும் பனியன் போட்டுக்கொண்டு வந்து முன்னறையில் மீராவுக்கு மட்டும் மோடா போட்டார். இருவரும் ஜன்னலருகில் பரவாயில்லை என்று நிற்க, 'வாடகைதான் குடுத்தாச்சே ஆனந்த்.'

'இல்லை சார், ரூம் பூட்டியிருக்கு.'

'திறந்துக்கோங்கோ.'

'சார், நீங்க பூட்டினீங்களான்னு கேக்க வந்தோம்.'

'நானா? நான் எதுக்குப்பா பூட்டறேன். இவன்தான் ஒழுங்கா வாடகை கொடுத்துண்டு இருக்கானே.'

'நீங்க பூட்டலையா? பெரிய பித்தளைப் பூட்டு.'

'இல்லைப்பா. என்னம்மா, கல்யாணமெல்லாம் நல்லா நடந்ததா? காலி பண்ணப் போறியாப்பா ஆனந்த்?'

'இன்னும் தீர்மானிக்கலை சார்.'

வஸந்த், 'சார், இந்த ரூம்ல இவர் குடி வரதுக்கு முன்னாடி யார் இருந்தா?'

'ரவீந்தரன்னு ஒரு மலையாளத்துக்காரன் இருந்தான். அவனும் நல்ல பையன்தான். கல்யாணம் பண்ணிண்டு போறப்போ கண்ணால தண்ணி விட்டான். அவ்வளவு ராசியான ரூம்னு.'

'ரவீந்திரன் எங்க ஆபீஸ்லதான் இருக்கான் சார். அவன் சொல்லித்தான் நான் இந்த ரூமுக்கு வந்தேன்.'

'அப்ப மாதவராவ், நீங்க பூட்டலை?'

'இல்லைப்பா.'

'உங்க டாட்டருக்குக் கல்யாணம் ஆயிடுத்தா?'

'எனக்கு டாட்டரே இல்லையே.'

'அப்ப வரட்டுமா.'

அவர்கள் வெளியே வரும்போது மீரா, 'வஸந்த், ரொம்ப குறும்பு நீங்க' என்றாள்.

'என்ன பண்ணார்?' என்றான் ஆனந்த் புரியாமல்.

'சேச்சே, அப்படி ஏதும் இல்லைங்க. உங்க தங்கையைத் தாராளமா எங்கிட்ட ஒப்படைக்கலாம். லைப்ரரிக்கோ, ரேஷன் ஷாப்புக்கோ, எங்க வேணா கூட்டிட்டுப் போவேன்.'

'நீங்க என்ன சொல்றீங்கன்னே எனக்கு புரியலை' என்றான் ஆனந்த்.

அப்போது அவர்களை ஒரு போலீஸ் வண்டி கடந்து செல்ல, அதில் ரிசர்வ் போலீஸ் காவலர்கள் நிரம்பியிருந்தார்கள்.

21

மறுபடி லஸ் முனையை நோக்கி நடக்கும்போது அவர்களைக் கடந்து மற்றொரு போலீஸ் வண்டி நிறைந்து சென்றது. ஒரே திசையில் மக்கள் பலர் நடந்து சென்றுகொண்டிருந்தார்கள்.

வஸந்த் ஒருவரை நிறுத்தி, 'என்ன பிரதர் விசேஷம்?' என்று விசாரித்தான்.

'பேரணிங்க!' என்று அவர் தன் வழியே போய்க் கொண்டிருந்தார். எதிரே கணேஷ் கஷ்டப்பட்டு மாருதியில் வந்துகொண்டிருக்க அவர்களைக் கண்டதும் நிறுத்தி ஆரன் அடித்தான். 'வஸந்த், அந்தப் பக்கம் போகாதே. கூட்டம் ஜாஸ்தி ஆயிண்டிருக்கு. ஏதோ அணியாம்.'

யாவரும் காரில் ஏறிக்கொள்ள கணேஷ் விசாரித்தான்.

'ரைஃபிளைப் பாத்தீங்களா?'

'இல்லை பாஸ். முதல்ல கதவையே திறக்க முடியலை. பூட்டுக்கு மேலே பூட்டு போட்டிருக்கு. மாதவராவ்தான் போட்டிருக்கார்னு பார்த்தா, அவர் இல்லையாம். ஒரு வேளை போலீஸா இருக்கலாம். அங்க வேணா போய் விசாரித்துப் பார்க்கலாம்.'

'இல்லை வஸந்த், கூட்டத்தில் மாட்டிப்பம். பார்க் பண்ணவே அனுமதிக்கலை.'

'என்ன கூட்டம்?'

'ஸ்வரூப் பட்வர்தன் ஏர்போர்ட்டிலிருந்து வரார். சாந்தோம் வழியா சீரணி மைதானத்துக்கு ஊர்வலம் போறாராம்.'

'பாஸ், அது பட்வர்தன் இல்லை. வேற யாராவது இருக்கணும்.'

'எப்படிச் சொல்றீங்க வஸந்த்.'

'பட்வர்தன் போன வெள்ளிக்கிழமை வந்து போய்ட்டார். நான் பேப்பர்ல பார்த்தேனே.'

'எங்க போகலாம்?'

'கணேஷின் யோசனையின் பேரில் பார்ஸன் வளாகத்திலுள்ள புதிதாகத் திறந்திருந்த ஓட்டலுக்கு நால்வரும் சென்றார்கள். பெரும்பாலும் இருட்டடிப்பாக இருந்தது அந்த ஓட்டல். அங்கங்கே டெலிவிஷன் பொருத்தி ரிச்சர்ட் ஹாட்லி குனிந்து புறப்பட்டு பந்து போட்டுக்கொண்டிருந்தார்.

'போலர்னா இவன்தான் சார். ரெண்டு பக்கமும் பாடுது பந்து. ஒரு லெக் கட்டர் போடறான் பாருங்க.'

'என்ன சாப்பிடறீங்க வஸந்த். இது எங்க பார்ட்டி' என்றாள் மீரா.

'உங்க கண்ணு மாதிரி திராட்சைப் பழம் கெடைச்சா ஒரு கிளாஸ் க்ரேப் ஜூஸ்.'

'வஸந்த், இந்த மாதிரி வார்த்தைகளுக்கு பெண்கள் மயங்குவாங் கங்கறீங்களா?'

'இதைவிட சில்லியானதுக்கெல்லாம் மயங்கியிருக்காங்க. அது பிரயோகத்தைப் பொருத்தது. சந்தர்ப்பத்தைப் பொருத்தது.'

எதிரே இருந்தவர் மாலைப் பத்திரிகை மத்தியானமே சுடச்சுட வெளிவந்திருந்ததை ஒரு பிரதி வைத்து லாட்டரி ரிசல்ட் பார்த்துக் கொண்டிருந்தார்.

'பிரதர், அதைக் கொடுக்கறீங்களா, சில்வர் ஸ்ட்ரீக் வின் பண்ணித்தான்னு பார்க்கணும்.'

வஸந்த் அந்தப் பத்திரிகையை சொந்தக்காரரரிடமிருந்து ஏறத் தாழப் பிடுங்கிக்கொண்டு கடைசிப் பக்கத்தில் ஆழ்ந்தான்.

கணேஷ் அதன் முன்பக்கத்துச் செய்திகளைக் கவனித்துக் கொண் டிருக்க, ஆனந்த் மீராவையே புன்னகைத்துக் கொண்டிருந்தான்.

'என்ன அப்படிப் பார்க்கறீங்க. எனக்கு வெக்கமா இருக்கு.'

'எதுக்காக வெட்கம்?'

'ஓடினதுக்கு.'

'நான் வேற ஒரு சமாசாரத்துக்கு சிரிச்சேன்.'

வஸந்த், 'எக்ஸ்க்யூஸ் மீ. உங்க பெட்ரூம் டயலாக் எல்லாம் அப்புறம் வெச்சுக்கறீங்களா' என்றான்.

'இன்று வரலாறு காணாத பேரணி' என்றது செ.தாள்.

கணேஷ், 'அது பட்வர்தன்தான்' என்றான்.

'எது பாஸ்?'

'இன்னைக்கு ஊர்வலம் போகப் போறது.'

'இல்லை பாஸ். அந்தாள் மூணு நாள் முன்னால வந்து போயாச்சு. நான் ந்யூஸ் ஐட்டம் பார்த்தேன்.'

'இல்லை வஸந்த். இதைப் படி' என்று செய்தியைச் சுட்டிக் காட்ட.

'வெள்ளிக்கிழமை நடக்க இருந்த மாபெரும் சீரணி ஒத்திப் போடப்பட்டு இன்று நடக்க இருக்கிறது. எதிர்க்கட்சியின் ஒற்றுமையை முறியடிக்கும் வகையில் பேரணிக்கும் சீரணிக்கும் அனுமதி தராமல், அண்ணா சாலையில் ஊர்வலம் கடக்க இயலாமல் பல முட்டுக்கட்டைகள் கொடுத்த டில்லி அரசின் சூழ்ச்சிகளை முறியடித்து இறுதியில் நமக்கே வெற்றி. பட்டவர்த்தனார் இன்று வந்து சேருகிறார். மீனம்பாக்கத்தில் திரண்டு வாரீர். மயிலை லஸ் முனை வழியாகச் செல்கிறார். அங்கும் திரண்டு வாரீர். சாந்தோம் தேவாலயத் திருப்பத்தில் கடற்கரை காமராஜ் சாலைக்குள் நுழைந்து அதன் பின்னர் சீரணி அரங்கம் சென்று அங்கு மக்கள் வெள்ளத்தில் திக்கமுக்காட வைக்க வாரீர். பட்டவர்த்தனார் முழங்குவார்...'

'பத்திரிகை எதிர்க்கட்சிப் பத்திரிகை போல இருக்கு! ரைட் பாஸ்! நீங்க சொல்றது ரைட்டு. பட்டவர்த்தனார் இன்னைக்குத்தான் வராப்பல.'

கணேஷ் அவன் சொல்வதைக் கவனிக்காமல் யோசனையில் இருந்தான். ஆனந்த் பிடிவாதமாகத் தன் மனைவியையே பார்த்துக் கொண்டிருக்க, ஹாட்லி மற்றொரு இந்திய விக்கெட்டைப் பெயர்த்தார். பில் கொடுத்துவிட்டு எழுந்து செல்லும்போதுகூட கணேஷ் பேசவில்லை. 'பாஸ், என்ன கோர்ட்டுக்கா இல்லை வீட்டுக்கா.'

'மணி என்ன வஸந்த்?'

'என்ன, ஒரு மூணு மணி இருக்கும்.'

'ஆனந்த், உங்க ரூம் சொன்னீங்களே அதைப்பத்திக் கொஞ்சம்...'

'சொல்றேன். என்ன விவரம் வேணும்.'

'ஓட்டல் ரூமா, லாட்ஜா?'

'அப்படி இல்லை. மாடி ரூம்.'

'ஏன் பாஸ், பார்க்கணுமா? இப்ப அந்தப் பக்கம் போக முடியாதுன்னு தோணுது.'

கணேஷ் கவனமில்லாமல் 'அப்படியா?' என்றான். அவன் நெற்றியைத் துடைத்துக்கொண்டான்.

'இந்த மாதிரி பாஸ் பண்றாருன்னா தீவிரமா யோசனைன்னு அர்த்தம்.'

'ஆனந்த், நீங்க வீட்டுக்குப் போங்க. ரூமுக்குப் போறதுக்கு முன்னால் போலீஸுக்கு ஒரு புகார் கொடுத்துருங்க. இந்த மாதிரி பூட்டியிருந்தது, உடைக்கப் போறோம்னு. இல்லை நாங்க வர்ற வரைக்கும் வெய்ட் பண்ணுங்க, என்ன?'

அவர்கள் ஆட்டோ பிடித்துச் சென்றதும் கணேஷும் வஸந்தும் காரில் லிங்கிச் செட்டி தெரு அலுவலகத்துக்குச் சென்றனர். தரையில் கிடந்த தபாலை எடுத்துக்கொண்டு அதைப் பிரிக்கும் பாவனையில் கணேஷ் பாதியில் நின்று யோசித்தான்.

'பாஸ் என்னவோ ஊறுது உங்க மண்டைக்குள்ள. சொல்லிடுங்க.'

கணேஷ் பதில் பேசாமல் இருக்க, 'நான் சொல்லட்டுமா?'

'வஸந்த், எதுக்காக ஏறக்குறைய ஒரு வாரம் போலீஸ் அவங்க ரெண்டு பேரையும் துரத்தினாங்க?'

‘அதான் சொன்னாங்களே, அர்ஜுன்னு ஒரு அஸாஸ்ஸின்.’

‘எதுக்கு நிறுத்தினாங்க?’

‘அர்ஜுன் இல்லைன்னு தெரிஞ்சு போச்சு. நிறுத்திட்டாங்க.’

‘வஸந்த், இது மேம்போக்கான காரணம். போலீஸ் அத்தனை பெரிய தப்பு பண்ணும்னு நான் நம்பத் தயாரா இல்லை.’

‘வேற எதாவது விளக்கம் இருக்க முடியுமா பாஸ்.’

‘இப்படி யோசிச்சுப் பாரு. யாரோ ஏதோ காரணத்துக்காக ஆனந்தை அவனுடைய மைலாப்பூர் அறையை அணுகாம இருக்கறதுக்காக அவனை போலீஸ் தீவிரவாதின்னு தப்பா எடுத்துக்கிட்டு துரத்தும்படிச் செய்திருக்காங்க.’

‘சொல்லுங்க. குன்ஸா ஒரு மாதிரி புரியுது.’

‘யாருக்கோ ஒரு சில நாட்களுக்கு அந்த ரூம் தேவைப் பட்டிருக்கு.’

வஸந்த் இப்போது கணேஷை உற்றுப் பார்த்தான். அவன் கண்கள் விரிந்தன. ‘பாஸ், திஸ் இஸ் ஸினிஸ்டர்.’

‘அவனைப் பார்க்கவந்த போலி போலீஸ் இன்ஸ்பெக்டர், அவன் ரூம்ல பார்த்த ரைஃபிள், அப்புறம் நிஜ போலீஸ் துரத்தரது, விட்டுர்றது எல்லாமே பொருந்தும்படியா ஒரு ஸ்டோரி லைன் கொண்டு வா, பாக்கலாம்.’

வஸந்த் இப்போது உற்சாகத்துடன், ‘இருங்க சொல்றேன். அர்ஜுன்லருந்து ஆரம்பிக்கவா?’

‘ஆரம்பி.’

‘அர்ஜுன்ங்கற வாடகைக் கொலையாளியை வரவழைச்சிருக் காங்க. அவன் தமிழ்நாடு வந்த செய்தி போலீஸுக்குத் தெரிஞ்சு போய் எம்.பி போலீஸ்கிட்ட போட்டோ கேட்டிருக்காங்க. யாரோ சாமர்த்தியமா ஆனந்துடைய போட்டோவை மாத்திருக் காங்க... ப்ச், ம்ஹும், சரியா வரலை பாஸ்.’

‘பரவால்லை. சொல்லிட்டே வா. எதுக்காக மாத்தணும்?’

'ஆனந்தை அரஸ்ட் பண்ணி போலீஸ் கொண்டுபோய் விசாரிக்கிற நேரத்தில அந்த ரூம்ல இருக்கிற ரைஃபிள் முதலான சமாசாரங்களை நீக்கிட்டு... மறுபடியும் உதைக்கிறது.'

'பரவால்லைடா. கிட்டக் கிட்ட வர. மேல சொல்லு.'

'அதுக்கு மேல பூட்டு போட்டுட்டுப் போயிட்டாங்க.'

கணேஷ் மெல்ல சுதாரித்துக்கொண்டு உட்கார்ந்தான். 'இப்ப நான் சொல்றதைக் கேளு. அது சரியா வரதா பார்க்கலாம். இந்தக் கதை சுமார் ஒரு மாதத்துக்கு முன்னாடியே தொடங்கறதுன்னு வெச்சுக்கலாம் அல்லது மூணு வாரம். ஆனந்தோட அறையில் அவன் இல்லாத சமயம் ஒரு ரைஃபிள் துப்பாக்கியைக் கொண்டு வந்து வெக்கறாங்க.'

'யாரு?'

'அதை இப்ப கேக்க வேண்டாம். ஏதோ ஒரு பார்ட்டி. அந்தப் பார்ட்டிக்கு போலீஸுக்குள்ள ஒரு ஆளு இருக்கணும். இல்லைன்னா போட்டோவ மாத்த முடியாது. அவங்களுக்கு முக்கியமா டயம் வேணும்.'

'எதுக்கு?'

'அந்த அறைல சுதந்தரமா ஊடாடறதுக்கு.'

'எதுக்காக அந்த அறை? ஆனந்துடைய அறையைத் தேர்ந்தெடுக்கறதுக்குக் காரணம் என்ன?'

'அந்த அறையோட எதாவது ஒரு... ஒரு... சௌகரியம்தான்.'

'எனக்கென்னவோ அந்த அறையில் எந்தவிதமான சௌகரியமும் கண்ணில் படலை. கச்சேரி ரோடில ஒரு நல்ல மெஸ் இருக்கு. அங்க காலையில இட்லி நல்லா இருக்கும். லஸ் கார்னர்லருந்து நடந்துபோறது ரொம்ப கிட்டக்க. அதை விட்டா... பாஸ் என்ன கண்ணில பல்பு?'

'வஸந்த், அந்த அறையிலிருந்து லஸ் கார்னர் தெரியுதா?'

'ஓ எஸ். நல்லாத் தெரியும். மொட்டை மாடியில் ஆஸ்பெஸ்டாஸ் கூரை போட்ட அறை.'

'மை காட். வஸந்த், வா போகலாம்.'

‘எங்க?’

‘மறுபடியும் லஸ் கார்னர். அந்த அறைக்கு.’

‘கூட்டம் தாங்க முடியாது பாஸ். உள்ள நுழையவே முடியாதுன்னு நெனைக்கிறேன்.’

‘நுழைஞ்சாகணும். கிளம்பு.’

கணேஷ் மிக அவசரமாக மாருதியைக் கிளப்பி வேகமாக ஓட்டத் தொடங்கினான். நேராக பீச் ரோட்டைப் பிடித்து வேகமாகக் கடக்கும்போது இருமருங்கிலும் மக்கள் சாரி சாரியாக சீரணி மைதானத்தை நோக்கிச் சென்றுகொண்டிருக்க ட்ராஃபிக் பிரிவினர் அவர்களை விசில் ஊதி நிறுத்த கணேஷ் கவனிக்காமல் வேகமாகக் கடந்தான்.

22

வஸந்த் கணேஷைப் புஜத்தில் தொட்டு, 'என்ன பாஸ், ஒரு நாளைக்குள்ள ட்ராபிக் விதிகள் அனைத்தையும் மீறணும்னு உத்தேசமா?'

'இல்லை வஸந்த். நான் நினைக்கிறது நடக்கப் போறதுன்னா நம்ம வேகம் போதாது.'

'என்ன நடக்கப்போவுது?'

'ஸ்வரூப் பட்வர்தனைக் கொல்லப்போறாங்க.'

'ஓ மை காட்! ஏன் மெள்ள போய்ட்டிருக்கீங்க... விரட்டுங்க.'

அவர்களால் பீச் ரோட்டில் அதிகம் தொடர முடியவில்லை. பின்னால் ட்ராபிக் விதிகள் துரத்தல் அதிகமாகி ரேடியோ பொருத்திய ட்ராபிக் இன்ஸ்பெக்டர் அவர்களைத் தொடர முற்பட கணேஷ் சட்டென்று ராதாகிருஷ்ணன் சாலை அருகில் திரும்பி மற்றொரு குறுக்குத் தெருவில் புகுந்து புறப்பட்டு எப்படியோ ஜம்மி பில்டிங் அருகில் வந்துவிட்டான்.

இப்போது மேலே தொடர்ந்து செல்ல முடியாமல் மக்கள் நடமாட்டம் அவர்களை அடைத்ததுமின்றி ட்ராபிக் முழுவதுமே நிறுத்தப்பட்டிருந்தது.

அங்கே இருந்த பேக்கரி அருகில் காரை நிறுத்திவிட்டு 'வா, லெட்ஸ் ரன்' என்றான்.

ஓட்டமும் நடையுமாக கூட்டத்தை விலக்கிக்கொண்டு இருவரும் லஸ் முனையை அடைந்தார்கள். போகப்போக மக்கள் வெள்ளம் அதிகரித்துக்கொண்டிருக்க, ஒவ்வொரு அடியும் முன்னெடுத்து வைப்பது சிரமமாக இருந்தது. தூரத்தில் அலங்கரிக்கப்பட்ட வண்டியில் நின்றுகொண்டு ஸ்வரூப் பட்வர்தன் வந்து கொண்டிருந்தார். கணேஷ் அவர் புகைப்படத் தைத்தான் பார்த்திருக்கிறான். நேரில் சற்றே குட்டையாகவும் நல்ல சிவப்பாகவும் இருந்தார். இடது பக்கமும் வலது பக்கமும் மாலைகளை வீசி, புன்னகைத்துக்கொண்டு, அவ்வப்போது வணங்கிக்கொண்டு ஒரு தேசியத் தலைவனுக்கு உரித்தான அத்தனை பாவனைகளும் அவர் அசைவுகளில் இருந்தன.

'வஸந்த், எப்படியாவது மாடி அறைக்குப் போயிரணும்.'

'ஆனந்துடைய மொட்டை மாடி ரூம்தானே? தலையால தண்ணி குடிச்சாவது அழைச்சுட்டுப் போயிர்றேன், கவலைப்படாதீங்க.'

'பிரதர் கொஞ்சம் ஒதுங்குப்பா.'

'என்ன விஷயம், எதுக்கு கம்பத்தில ஏர்றீங்க.'

'தலைவரைச் சரியாப் பார்க்கணும். பாஸ், என் கையைப் பிடிச்சுக்கங்க.'

கணேஷ் அவன் கையைப் பிடித்து தொத்திக்கொண்டதில் வஸந்த் அவனை ஒரு எக்கு எக்கி கண் டாக்டரின் முதல் மாடி காரிடாரில் வேடிக்கை பார்த்துக் கொண்டிருந்தவர்களின் ஊடே சேர்ப்பித்து விட்டான். அனைவரும் ஊர்வலத்தைக் கண் கொட்டாமல் பார்த்துக் கொண்டிருக்க, இவர்கள் இருவர் மட்டும் எதிர்த் திசையில் நழுவி மற்றொரு மாடிப்படி ஏறி மொட்டை மாடிக்கு வந்துவிட்டார்கள்.

ஆனந்தின் அறை லேசாகத் திறந்திருந்தது. கணேஷ் மிக ஜாக்கிரதையாக அதை அணுகினான். வெளியே ஆரவாரத்தினால் இவர்கள் காலடியோசை இவர்களுக்கே கேட்கவில்லை. இருப் பினும் கணேஷ் மெல்லத்தான் அணுகினான். வஸந்த் அவனுடன் ஒட்டிக்கொண்டு வர, இருவரும் அறை வாசலை அடைந்தபோது

ஜன்னல் வழியே இருவர் வெளியே உன்னிப்பாகப் பார்த்துக் கொண்டிருந்தார்கள். ஒருவன் ஒரு ரைஃபிள் துப்பாக்கியின் டெலஸ்கோப் கண்வழியாகப் பார்த்து 'கமான் கமாஆன்' என்று சொல்லிக்கொண்டே 'புல்ஸ் ஐ' என்று அதன் விசையை விரலால் தொட்டு அதை இழுக்கும்போது கணேஷ் மிக வேகத்தில் அவன் மேல் பாய்ந்தான். அதற்குள் அவன் விசையை இயக்கிவிட ரைஃபிள் வெடித்த வேகத்தில் பின்வாங்கியதில் கணேஷும் அவனும் அறைக்குள் விழுந்து விட்டார்கள். வஸந்த் மற்றவன் மேல் பாய்ந்துவிட நிலைமை இப்போது குழப்பமாகிவிட்டது. இருவரும் 'பாகோ, பாகோ' என்று பதற கணேஷ் ரைஃபிளைப் பிடுங்கி மடக்கி அதன் பின்பக்கத்தால் அவனை அடிக்க முற்பட மற்றவன் வஸந்திடமிருந்து தப்பித்து கணேஷை நோக்கி ஒரு பெரிய கடப்பாரை போன்ற ஆயுதத்தால் தாக்க வர 'பாஸ் லுக் அவுட்' என்று வஸந்த் உரக்கக் கத்தியதில் கணேஷ் விலகிக் கொள்ள அடி மற்றவன்மேல் பட்டது.

சாதாரணமாக அந்த அடிக்கு எவனும் விழுந்திருக்க வேண்டும். இவன் சற்றுத்தான் தடுமாறினான். இருவரும் சட்டென்று திமிறிக்கொண்டு மாடியில் ஓடினார்கள். பாரப்பெட் சுவரைக் கடந்து அடுத்த மாடியில் குதித்தார்கள்.

'பாஸ் துரத்தலாமா?'

'இல்லை வஸந்த். முதல்ல பட்வர்தன்.'

கணேஷும் வஸந்தும் பாரப்பெட் சுவரின் முனையிலிருந்து கீழே எட்டிப் பார்த்தார்கள்.

ஸ்வரூப் பட்வர்தன் மக்கள் வெள்ளத்திடையே ஆரவாரமாகக் கையசைத்துக்கொண்டு, புன்னகைத்துக் கொண்டு இன்னமும் ஊர்வலமாகக் கடந்துகொண்டிருந்தார்.

'தப்பிச்சுட்டார், ஹி இஸ் லக்கி.'

'வெடிச்ச குண்டு என்ன ஆச்சு?'

'கீழ ஒண்ணும் பரபரப்பைக் காணோம். குறி தவறி சேதமில்லாம போய் எங்கயாவது விழுந்திருக்கணும்.'

'அவங்களை விட்டுட்டோம் பாஸ்.'

‘எதாவது ஒரு தீரச் செயல்தான் பண்ண முடியும் ஒரு சமயத்தில.’

கணேஷ் மறுபடி ஆனந்தின் அறைக்குள் வந்தான். ரைஃபிள் கீழே கிடந்தது. சுற்றிலும் பார்த்தான். ஒரு தகரப்பெட்டியும் அதனருகில் முகம் பார்க்கும் கண்ணாடியும், சிவப்புத் துணியும் இருந்தது. பெட்டியைத் திறந்து பார்த்ததில் நூறு ரூபாய் நோட்டுக் கட்டுகள் தெரிந்தன.

‘வஸந்த், பக்கத்தில் டெலிபோன் எங்க இருக்குன்னு பாரு. ராஜேந்திரனுக்குப் போன் பண்ணணும்.’

ராஜேந்திரன் குறுக்கிடாமல் கணேஷ் சொன்னது அனைத்தையும் கேட்டார். சற்றுநேரம் சிந்தித்தார். அவருடைய உதவி அதிகாரி ஒருவருடன் வந்திருந்தார். நால்வரும் மொட்டை மாடியிலிருந்து கலைந்து செல்லும் ஜனக்கூட்டத்தைப் பார்த்துக் கொண்டே பேசிக்கொண்டிருந்தார்கள்.

‘ஆனந்தை வரச் சொல்லிருங்க கணேஷ்.’

‘வரச்சொல்லியிருக்கேன் ராஜேந்திரன்.’

‘கை குடுங்க!’ கணேஷின் கரத்தை அழுத்திப் பற்றிக் குலுக்கினார். ‘யு டிட் எ க்ரேட் ஜாப். நீங்க தக்க சமயத்தில் வரலைன்னா போலீஸுக்கு ஒரு மிகப் பெரிய க்ரைஸிஸ் வந்திருக்கும். இத்தனை கூட்டத்தின் மத்தியில் அந்தாளு குண்டடி பட்டுச் செத்து விழுந்திருந்தார்னா... அய்யோ நெனைச்சுப் பார்க்கவே பயமா இருக்குது கணேஷ். முதல்ல அந்த பட்வர்தனுக்குத் தகவல் கொடுத்து அவரை உங்களை மீட் பண்ண வெக்கணும்.

‘இருக்கட்டும் ராஜேந்திரன். ஆனா அந்தாளு யாரு?’

‘யாரைக் கேக்கறீங்க. சுட்டவனா? அர்ஜுன்தான் அவன் பேரு. மத்ய ப்ரதேஷ்லருந்து வரவழைக்கப்பட்டிருக்கான். நான் சொல்லலை.’

‘யார் வரவழைச்சாங்க அவனை?’

‘பட்வர்தனோட எதிரிகள். இதெல்லாம் மெல்ல மெல்லத்தான் வெளிய வரும். வராமலும் போகலாம். அந்த ஆசாமிக்கு

இன்னைக்கு அதிர்ஷ்டம். எங்களுக்குப் பெரிய அதிர்ஷ்டம்னு தான் சொல்லணும். காப்பாத்திட்டீங்க.'

ராஜேந்திரனுடன் வந்திருந்த அதிகாரி முகத்தில் எந்தவித உணர்ச்சியும் காட்டாமல் பொம்மைபோல நின்று கொண்டிருந் தார். வஸந்த், 'உள்ள போலாமா? நிறையவே தடயங்கள் இருக்கு. ப்ரிண்ட்ஸ்கூட கெடைக்கும்.'

'ப்ரிண்ட்ஸ் எல்லாம் வேண்டாங்க. இது அந்த அர்ஜுன் வேலைதான். இப்பவே ரேடியோ செய்தி நகரத்தில் எல்லாப் போலீஸ் நிலையத்துக்கும் போயிருச்சு.'

ராஜேந்திரன் கீழே கிடந்த நோட்டுக் கத்தைகளையும் ரைஃபிள் துப்பாக்கியின் தோட்டாத் தோரணங்களையும் அசுவாரஸ்ய மாகப் பார்த்தார். 'இதை எப்படி கெஸ் பண்ணீங்க? எப்படி சரியான சமயத்துக்கு வந்தீங்க? எல்லாமே வியப்பா இருக்குது கணேஷ்.'

'எனக்கு மற்ற சில விஷயங்கள் வியப்பா இருக்குது ராஜேந்திரன்.'

'சொல்லுங்க.'

'எப்படி அந்த ஆசாமி ஆனந்தைப் போய் அர்ஜுன்னு நெனைச்சுக்கிட்டு ஊர் ஊராத் துரத்த முடியும்?'

'அதாவது, போலீஸ் அவ்வளவு முட்டாள்களா இருக்க முடி யும்னு நான் நம்பலை' என்றான் வஸந்த்.

உதவி அதிகாரி முதன் முறையாகப் பேசினார்.

'இந்தக் கேள்வி கேக்கறதுக்குக் காரணம் என்னன்னு சொல்ல முடியுமா?'

'ராஜேந்திரன் குறுக்கிட்டு, 'மனோஜ், அவங்க அந்த போட் டோவைப் பத்தி சொல்றாங்க.'

'தனபால்னு ஒரு இன்ஸ்பெக்டர் யாராவது உங்க ப்ராஞ்சில இருக்காங்களா, ராஜேந்திரன்.'

'இல்லை.'

ஆனந்தும் மீராவும் அப்போது வர, 'வாங்க, வாங்க! எல்லா தமாஷையும் மிஸ் பண்ணிட்டு இப்பதான் வறீங்க. என்ன மீரா கைல ஹெல்மெட்டு. நீங்கதான் ஓட்டுவீங்களா?'

ஆனந்த், 'என்ன ஆச்சு?' அய்யோ, என்னது பணம் எல்லாம் இறைஞ்சு கிடக்குது?'

மீரா, 'ஆனந்த் அதைத் தொடாதீங்க' என்றாள்.

கணேஷ், 'மீரா, இந்த மாதிரி துப்பாக்கியைத்தான அன்னைக்குப் பார்த்ததாச் சொன்னீங்க?'

'சரியாச் சொல்ல முடியலை. அது அக்கக்காப் பிரிச்சு பொட்டிக் குள்ள இருந்தது.'

'மனோஜ், பெட்டி இருக்குதான்னு தேடுங்க.'

'என்ன நடந்தது இங்க?'

'ஸ்வரூப் பட்வர்தன்னு தலைவர் ஊர்வலமா லஸ் முனையைத் தாண்டிப் போகையில் இங்கருந்து ரெண்டு பேரு அவரைச் சுட்டுக்கொல்ல முயற்சி பண்ணியிருக்காங்க. தப்பிச்சுட்டாரு.'

'அய்யோ ஆனந்த், நீங்க இதில் எதும் இல்லையே.'

'என்ன விளையாடறியா? நான்தான் உங்கூடயே இருபத்து நாலு மணி நேரமும் இருந்திருக்கேனே.'

'சுட வந்தவனைக் கைது பண்ணியாச்சா?'

'இல்லை. ஓடிப் போய்ட்டாங்க.'

'கைது பண்ணிடுவோம். கவலைப்படாதீங்க.'

'மிஸ்டர் ஆனந்த், ஸாரி, உங்களுக்கு தேனிலவு சமயத்துல கொஞ்சம் தொந்தரவு கொடுத்துட்டம் இல்லையா?'

'கொஞ்சமா! தட்ஸ் தி அண்டர் ஸ்டேட்மெண்ட் ஆஃப் தி இயர்!'

'எனக்கு இன்னமும் தலைகால் புரியலை.'

'சிம்பிள். அவங்களுக்கு கொஞ்ச நாளைக்கு இந்த அறை தேவையா இருந்திருக்கு. உங்களை அண்டவிடாமப் பண்றதுக்கு

போலீஸ்கிட்ட நீங்கதான் அர்ஜுன்னு நம்ப வெச்சு துரத்த வெச்சிருக்காங்க.'

'யாரு?'

ராஜேந்திரன், 'தாங்க்ஸ் கணேஷ். மறுபடி சந்திப்போம். ஆனந்த், நாளைக்கு அல்லது நாளன்னைக்கு நீங்க இந்த ரூமுக்குத் திரும்ப வரலாம்.'

அவர்கள் போனதும், 'பாஸ் நான் நினைக்கிறது...'

தடுத்த கணேஷ், 'நான் நினைக்கிறதும் அதேதான்' என்றான்.

23

ஆனந்த் மீராவைப் பார்த்து, 'இவங்க ரெண்டு பேரும் என்ன பேசிக்கிறாங்கன்னே புரியலை' என்றான்.

மீரா, 'இனிமே நமக்கு போலீஸ் தொந்தரவு இருக்காதுதானே?'

வஸந்த், 'நாங்க நினைக்கிறது சரின்னா உங்க ரோல் முடிஞ்சு போய்டுத்து' என்று கணேஷைப் பார்த்தான்.

கணேஷ் மௌனமாக இருக்க, வஸந்த் தொடர்ந்து, 'ஆனந்த், உங்களுக்கு தனபால்ங்கறவர் முகம் ஞாபகம் இருக்கா?'

'இப்ப யாரைப் பார்த்தாலும் தனபால்ம்பேன், அப்படிக் குழப்பம்' என்றான்.

'அடையாளம் காட்டறதுக்கு இல்லை. அவரைப் பார்த்தா போலீஸ் ஆபீசர்னு சொல்லும்படியா டிஸ்டிங்க்ட்டா எதாவது இருந்ததா?'

'ம்ம்' யோசித்தான். 'தனபால்ங்கறது?'

'முத முதல்ல உங்களை இந்த ரூமுக்கு வந்து மறுதினம் 'மந்தைவெளி போலீஸ் ஸ்டேஷனாண்டே வா வாத்தியாரே'ன்னு கூப்ட்டாரே அந்த தனபால்.'

‘அவரா... அவர் வந்து கட்டை குட்டையா ஒரு மாதிரி... க்ராப் சிக்கனமா வெட்டியிருந்தார். ஞாபகம் இருக்கு.’

‘பாத்தீங்களா பாஸ்’ என்றான் வஸந்த்.

கணேஷ், ‘ரொம்பக் குடையவேண்டாம்னு தோணுது. நம்மையே கடிச்சுரும்.’

மீரா ஆவலுடன், ‘என்னதான் ஆச்சு மிஸ்டர் வஸந்த்?’

‘ஒண்ணு மட்டும் துல்லியமாத் தெரியுது. அவங்களுக்கு இந்த அறை தேவைப்பட்டிருக்கு. ஸ்வரூப் பட்வர்தனைக் கொல்ற துக்கு. இது ஒரு மாதிரி வாண்டேஜ் பாயிண்டா இருந்திருக்கு. முதல்லயே கொஞ்சம் கொஞ்சமா ரைஃபிள் முதலானதை இங்கக் கொண்டாந்து சேர்க்க முயற்சி பண்ணியிருக்காங்க. அதுக்கு ஆனந்த் தடையா இருக்கறதால அவரை எப்படி அறையை விட்டு விலக வைக்கறது? முதல்ல ஸ்டேஷனுக்கு வான்னு ஒருத்தர் போலீஸ் அதிகாரி மாதிரி வந்து கூப்பிட்டுட்டுப் போறார்.’

‘எதுக்கு?’

‘சிம்பிள்! காலைல அறை தேவைப்பட்டிருக்கு. அதனால இந்தாளைப் போகச் சொல்லியிருக்காங்க. அதுக்குள்ளதான் நீங்க ஹனிமூன் கிளம்பிட்டீங்க. அது தெரிஞ்சதும் உங்களை ஹனிமூன்லருந்து திரும்பி வராம ஒரு வாரம் பத்து நாளாவது வச்சுக்கணுமா இல்லையா? அதுக்குத்தான் போலீஸ்க்கு உங்க போட்டோவை அர்ஜுன் போட்டோன்னு மாத்திக் கொடுத்து அவங்களையே உங்களைத் துரத்த வெச்சிருக்காங்க. காரணம், ஸ்வரூப் பட்வர்தன் சென்னைக்கு வர்றப்ப, நீங்க இந்த அறைப் பக்கம் தலைவச்சுப் படுக்கக் கூடாது! இந்த அறை முழுவதுமாக அவங்களுக்குத் தேவைப்பட்டிருக்கு.’

மீரா, ‘பட்வர்தன் இன்னைக்குன்னா வந்தார்!’

‘முதல்ல போன வாரம் வரதா இருந்தது. அவங்க அண்ணா சாலை வழியா பேரணிக்கு ரூட் கேட்டிருக்காங்க. மயிலாப்பூர் வழியாத் தான் ரூட் கொடுத்திருக்காங்க. அதுக்கு முதல்ல ஒப்புத்துக் காததால பேரணி ஒத்திப்போடப்பட்டு இன்னைக்கு நடந்தேறி யிருக்கு.’

மீரா யோசித்தாள். 'வஸந்த், எனக்கு ஒண்ணு புரியலை.'

'ஒண்ணு மட்டும்தானா? எங்களுக்கு ஒன்பது புரியலை! சொல்லுங்க. உங்ககூட கேள்வி பதில் நல்லாவே இருக்குது.'

'நீங்க திரும்பத் திரும்ப 'அவங்க' 'அவங்க'ன்னு சொல்றீங்களே அந்த 'அவங்க' யாரு?'

'அவங்க.' அவ்வளவுதான்...'

'ஸ்வரூப் பட்வர்தனை யார் கொல்ல விரும்பறாங்க?'

'எல்லாம் போலீஸ் கேக்கவேண்டிய கேள்வி.'

'ஸ்வரூப் பட்வர்தன்ங்கறவர் அரசாங்கத்துக்கு எதிரா கட்சிகளை வலுப்படுத்தி...'

'ஹோல்டான், ஹோல்டான், நீங்க அதிகமா சிந்திக்கறீங்க' என்றான் கணேஷ்.

'எங்களைப் போல! மீரா இப்ப உங்களுக்கு என்ன அதைப்பத்தி? உங்க ஹனிமூன் முற்றுப் பெறவில்லை. அதை விட்ட இடத்தில் தொடர வேண்டியதுதானே! எங்க விட்டீங்க? கவிதை, பேச்சு எல்லாம் முடிஞ்சு காரியத்துக்கு வந்தாச்சா? இல்லை இன்னமும் ஐ லவ் யூ, ஐ லவ் யூ தானா?'

மீரா ஆனந்தைப் பார்த்துப் புன்னகைத்தாள்.

'ஒரு டாக்டர் வந்து ஒரு தேனிலவு தம்பதிக்கு இப்படிச் செய்யணும், அப்படிச் செய்யணும்னு உபதேசம் செய்துக்கிட்டே இருந்தாராம். அவங்க ரெண்டு பேரையும் தனியா விடாம எப்பப் பார்த்தாலும் கூடவே இருந்தாராம்...'

கணேஷ், 'வஸந்த், யார்கிட்ட என்ன ஜோக் சொல்றதுன்னு விவஸ்தையே இல்லையா உனக்கு.'

மீரா, 'ப்ளீஸ்! முழுக்கச் சொல்லிடுங்க' என்று கெஞ்சினாள்.

வஸந்த் யோசித்து, 'பாஸ் சொல்றாப்பல இது உங்களுக்குக் கொஞ்சம் சூடானதுதான். ஒண்ணு பண்ணுங்க. தேனிலவை முடிச்சுட்டு திரும்பி வாங்க. அதுக்கப்புறம் வாழ்க்கையில பற்பல

அனுபவ முதிர்ச்சிகள் கிடைக்கும். உங்களுக்கு அப்ப சொல்றேன்.'

ஆனந்தும் மீராவும் புறப்பட்டபோது வஸந்த் வீதிவரை வந்து டாட்டா காட்டினான். மீரா ஒரு கைனெடிக் ஹோண்டாவை உயிர் கொடுக்க ஆனந்த் பின் சீட்டில் ஏறிக்கொள்ள, 'இப்பவே யார் இன்சார்ஜுன்னு தெரிஞ்சு போச்சு. ஆல் தி பெஸ்ட்' என்று கையசைத்தான்.

கணேஷுடன் காரில் திரும்பும்போது, 'என்ன பாஸ் பேசாம வரிங்க?'

'வஸந்த், நீ என்ன நினைக்கிற?'

'நீங்க என்ன நினைக்கிறீங்களோ, டிட்டோ!'

'அதாவது...'

'எல்லாம் போலீஸ் வேலை!'

'எப்படிரா? நம்ப முடியாம இருக்கு!'

'சி.பி.ஐ. பாஸ்! இன்னைய தேதிக்கு பட்வர்தனை உயிரில்லாம பார்க்கறதுக்கு விருப்பப்படறது யார் தெரியுமா? அரசாங்கம்.'

'அப்ப அர்ஜுன் எல்லாம்?'

'நிஜமாவே அர்ஜுனை வரவழைச்சிருக்கலாம். இல்லை...'

'ராஜேந்திரன், டமில்நாடு போலீஸ், கர்நாடகா போலீஸ் எல்லோருக்கும் தெரியவேண்டாமா?'

'கர்நாடகா போலீஸுக்குத் தெரியாம இருக்கலாம். அவங்க தீவிரமாவே இவனைத்தான் அர்ஜுன்னு நினைச்சுக்கிட்டு துரத்தியிருக்கலாம். ஆனா தமிழ்நாடு போலீஸ் பற்றி எனக்கு சரியாச் சொல்ல முடியலை.'

'அவ்வளவு ஈஸியா போட்டோவை மாற்ற முடியுமா, இவங்களோட சம்மதம் இல்லாம?'

'இது முழுக்க முழுக்கவே சி.பி.ஐ. கேஸாவும் இருக்கலாம். தமிழ்நாடு போலீஸுக்கும் தெரியாம.'

'அந்த மனோஜ்ங்கறவரை பார்த்தா சி.பி.ஐ. மாதிரித்தான் தோணிச்சு. அந்தாளு பாருங்க, புத்தர் மாதிரி எதுவும் உணர்ச்சி காட்டாம இருந்தார்.'

'எப்படிக் கண்டுபிடிக்கறது?'

'சில விஷயங்கள் தெரிஞ்சுக்காமயே இருக்கறது பெட்டர்.'

'ஒரே ஒரு விஷயம் மட்டும் தெரிஞ்சுக்கிட்டு விட்டுரலாம் பாஸ்.'

'என்ன?' என்றான் கணேஷ்.

'கொஞ்சம் வண்டியை மந்தைவெளி போலீஸ் ஸ்டேஷன் பக்கம் ஓட்டுங்க. ஒரு நிமிஷத்தில் வந்துருவேன்.'

கணேஷ் அவன் சொன்னபடியே செய்தான். போலீஸ் நிலை யத்தில் நிறுத்தாமல் சற்றுத் தள்ளி நிறுத்த, வஸந்த் மெல்ல இறங்கி நிலையத்தின் உள்ளே வந்தான்.

'யாருப்பா?'

'தனபாலைப் பார்க்கணும்.'

'எந்த தனபால்?'

'தனபால்னு இங்க இன்ஸ்பெக்டர் ஒருத்தர்?'

'இன்ஸ்பெக்டரா!'

'சி.பி.ஐ.லிருந்து ஒருத்தர்' என்றான் வஸந்த்.

'ஓ, அவரா? அவர் டில்லி திரும்பிப் போய்ட்டாரே, நீங்க யாரு?'

'அவர் மச்சான்' என்று சொல்லிட்டு வஸந்த் மறுபடி காருக்கு வந்தான்.

'பாஸ், நாம நினைச்சது சரின்னுதான் தோணுது.'

'என்னடா?'

'தனபால்னு ஒரு பட்சி இருந்திருக்கு. சி.பி.ஐ. ஆபீசர்!'

கணேஷ் மறுபடி காரைக் கிளப்பினான். பீச் ரோடில் போகும்போது காற்றில் ஸ்வரூப் பட்வர்தனின் ஆங்கிலப்

பேச்சும் அதன் மொழிபெயர்ப்பும் மிதந்து வந்து கொண்டிருந்தன. மணலெங்கும் ஜனவெள்ளம் ஆரவாரித்துக் கொண்டிருக்க, 'அந்தாளுக்குத் தெரியுமா, மயிரிழையில உயிர் தப்பிச்சிருக்கோம்னு?'

'இப்பக்கூட சரியாச் சொல்ல முடியலை வஸந்த். மரத்தில் மறைந்தது மாமதயானை. மரத்தை மறைத்தது மாமத யானைன்னு... பாச்சா காட்டுது.'

'அவங்க மட்டும் ஓடாம இருந்தா?'

'நாம தேடாம இருந்திருக்கலாம் இல்லை. ஆனந்தை ஏதாவது ட்ராபிக் அஃபென்ஸ்லகூட உள்ள தள்ளியிருக்கலாம். போலீஸ் என்கிற மகத்தான ஆயுதம்! நம்ம மாதிரி ஜனநாயக நாட்டிலயே இத்தனை சாத்தியம்னா பார்த்துக்கயேன்.'

'நிஜம்தான் பாஸ். சையத் மோடி கேஸைப் பாருங்க.'

பட்வர்தனின் குரல் மெல்ல அவர்களை விட்டு விலக, 'ஒண்ணு மட்டும் சொல்றேன் வஸந்த். நாளைக்கு எந்த பேப்பர்லயும் இந்தக் கொலை முயற்சி சம்பவத்தைப் பத்தி செய்தியே வராது!'

காலை மீராவைப் பக்கத்தில் தேடினான் ஆனந்த். படுக்கை காலியாக இருந்தது. ஜன்னல் வெளிச்சத்தின் அருகில் காபியைப் பருகி கொண்டே மெல்ல செய்தித்தாளின் பக்கங்களைப் புரட்டிக் கொண்டிருந்தாள். 'இங்க வாயேன், ரெண்டு பேருமா பார்க்கலாம்.'

'வேண்டாம். ரொம்ப தொந்தரவுப்பா உங்ககூட ஆனந்த்.'

'கணேஷ், வஸந்தைப் பற்றி பெரிசா செய்தி வந்திருக்குமே!'

'இல்லை ஆனந்த். அதுதான் ஆச்சரியமா இருக்கு!'

'சரியாப் பாரு.'

'பார்த்துட்டேன். ஒரு பக்கத்திலேயும் இல்லை.'

'எனக்கென்னவோ ரெண்டு பேரும் புருடா விடற மாதிரி தோணுது.'

'அப்படின்னா!'

'அந்த கொலை முயற்சி நடக்கவே இல்லை!'

'பின்ன என்னதான் நடந்ததாம்?'

'எங்கயோ ஏதோ தப்பு! இப்ப அதைப்பத்தி என்ன பேச்சு! ராத்திரி ஆரம்பிச்சு வெச்சதைத் தொடரலாமா?'

'இல்லை. முற்றும் போட்டுரலாம்' என்றாள் மீரா.